திப்பு சுல்தான்

முதல் 'விடுதலை'ப் புலி

மருதன்

தொண்ணூறுகளின் பிற்பகுதியில் எழுதத் தொடங்கிய மருதன், இதுவரை ஒன்பது நூல்கள் எழுதியிருக்கிறார். இவற்றில் லெனின், ஃபிடல் காஸ்ட்ரோ, சே குவேரா, ஹியூகோ சாவேஸ், ஸ்டாலின் ஆகியோரின் வாழ்க்கை வரலாறுகள் குறிப்பிடத்தக்கவை. கல்கி, நக்கீரன், குமுதம் ரிப்போர்ட்டர் இதழ்களில் தொடர்ந்து எழுதி வருகிறார்.

ஆசிரியரின் பிற நூல்கள்

உலகை மாற்றிய புரட்சியாளர்கள்
குஜராத் இந்துத்துவம் மோடி
சே குவேரா புரட்சியாளர் ஆனது எப்படி?
இந்தியப் பிரிவினை: உதிரத்தால் ஒரு கோடு
முதல் உலகப் போர்
இரண்டாம் உலகப் போர்
நெல்சன் மண்டேலா
மால்கம் எக்ஸ்
விடுதலைப் புலிகள்
போபால்: அழிவின் அரசியல்
ஹூ ஜிண்டாவ்
மாவோ: என் பின்னால் வா!
முதல் காம்ரேட் (லெனின் வாழ்க்கை)
சர்வம் ஸ்டாலின் மயம்
ஃபிடல் காஸ்ட்ரோ: சிம்ம சொப்பனம்
சே குவேரா: வேண்டும் விடுதலை!
ஹியூகோ சாவேஸ்: மோதிப் பார்!
சுபாஷ்: மர்மங்களின் பரமபிதா
திப்பு சுல்தான்: முதல் 'விடுதலை'ப் புலி
முகமது யூனுஸ்
திபெத்: அசுரப் பிடியில் அழகுக் கொடி
ஹிட்லர்

திப்பு சுல்தான்

மருதன்

கிழக்கு

திப்பு சுல்தான் : முதல் 'விடுதலை'ப் புலி
Tipu Sultan : Mudhal 'Vidudhalai' Puli
Marudhan ©

First Edition: May 2007
128 Pages

ISBN: 978-81-8368-366-1
Title No: Kizhakku 229

Kizhakku Pathippagam
177/103, First Floor,
Ambal's Building, Lloyds Road
Royapettah, Chennai 600 014.
Ph: +91-44-4200-9601

Email : support@nhm.in
Website : www.nhm.in

Author's Email : marudhan@gmail.com

Kizhakku Pathippagam is an imprint of New Horizon Media Private Limited

மதங்களிடையே நல்லுறவு என்பது குர்ஆனின் அடிப்படை. குர்ஆன் பிற மதத்தவரின் விக்கிரகங்களை அவமதிப்பதைத் தடுக்கிறது. அல்லாவைத் தவிர மற்ற தெய்வங்களை வழிபடுபவர்களை அவமரியாதை செய்யாதீர்கள். அது அல்லாவையே அவமதிப்பதற்கு ஒப்பாகும். அல்லா விரும்பியிருந்தால் உலக மக்கள் அனைவரையும் ஒரே மதமாகப் படைத்திருப்பார் அல்லவா?

- திப்புவின் பிரகடனம் 1787

வாள் வீச்சு

1

பெரிய புலி, சிறிய புலி

பதினெட்டாம் நூற்றாண்டு முடிவடைய, பதினெட்டு வருடங்கள் பாக்கியிருந்த 1782-ம் ஆண்டு. உலகுக்கெல்லாம் எப்படியோ, அப்படித்தான் சித்தூரிலும் அது டிசம்பர் மாதம். அதிகாலை நேரம்.

ஹைதர் அலியின் கூடாரத்திலிருந்து அந்த மேளச் சத்தம் வெளிப்பட்டது. ஹைதர் அலி தன் படைவீரர்களுக்கு வணக்கம் தெரி விக்கும் முறை அது. இறைவன் அருளால் நான் இன்று நலமாக இருக்கிறேன். இன்றைய பொழுது எல்லோருக்கும் இனிமையாக அமையட்டும். இதுதான் செய்தி. மேளச் சத்தம் கேட்ட அத்தனை பேரும் கண்களை மூடி கைகளை வானத்தை நோக்கி உயர்த்துவார்கள். இறைவனுக்கு நன்றி தெரிவிக்க.

அன்றைய தினம், ஹைதர் அலி இறந்து கொண்டிருந்தார். ஆனால் அது ஒருவருக் கும் தெரியாது. வழக்கம்போல் மேளம் ஒலிக்கட்டும் என்று பூர்ணையா

சொல்லியிருந்தார். பூர்ணையா, ஹைதர் அலியின் அமைச்சர். ஆதர்ச நண்பரும்கூட.

அமைச்சர்களும் வைத்தியரும் கூடாரத்தை நெருங்கினார்கள். தலையைத் தாழ்த்தி ஒவ்வொருவராக வணக்கம் செய்தனர். வெளியில் இருந்த ஒருவருக்கும் சந்தேகம் ஏற்படவில்லை. ஹைதர் அலியைப் பார்க்க வரும் அத்தனை பேரும் இப்படித்தான் வணங்குவார்கள். என்ன வேலை செய்துகொண்டிருந்தாலும் ஹைதர் எழுந்து நின்று பதில் வணக்கம் தெரிவிப்பார். அன்றும் கூட, அவர் எழுந்து நின்று வணக்கம் தெரிவித்தது போல்தான் இருந்தது.

கண்களை மூடியபடி படுத்திருந்தார் ஹைதர் அலி. இமைகளைப் பிரிக்கக்கூட முடியவில்லை. உடலில் எந்த வலியும் இல்லை. சிறு இம்சைகூட இல்லை. ஆனால் இயக்கம் நின்றுபோயி ருந்தது. யோசிக்க மட்டுமே முடிந்தது. எனவே, யோசித்தார்.

இறுதி யுத்தம் இது. எந்தப் படையும் இல்லாமல் தனியே நிகழ்த்தியாகவேண்டிய யுத்தம். ஆகச் சிறந்த வீரர்களைக்கூட துணைக்கு அழைத்துக்கொள்ள முடியாது. இது துவந்த யுத்தம். தனியேதான் மோதியாகவேண்டும். இதோ இந்தச் சிறிய கூடாரத்தில் படுத்தபடி போராடிக்கொண்டிருக்கிறேன். தோல்வி உறுதி என்று தெரிந்தும் போராடிக்கொண்டிருக்கி றேன். போதும். எல்லாம் போதும். இறைவா, என்னை ஏற்றுக்கொள்.

வெளியில் ஆறு குதிரை வீரர்கள் காத்திருந்தார்கள். பூர்ணையா வின் ஏற்பாடு. எந்த நிமிடமும் ஹைதர் அலி இறந்துபோகலாம். விரைந்து சென்று திப்புவுக்குத் தகவல் தெரிவிக்கவேண்டும்.

மிஞ்சிப் போனால் நான்கு நாள்களுக்கு மேல் உயிர் தங்காது என்பது வைத்தியர்களின் கணிப்பு. குதிரை வீரர்களை அழைத்தார் பூர்ணையா. ஆளுக்கொரு கடிதம். ஒரே செய்தி. ஒவ்வொருவரும் ஒவ்வொரு வழியில் பறக்க வேண்டும். காற்றைவிட விரைவாக.

இதற்கு முன்னால் இரண்டு சந்தர்ப்பங்களில் இதேபோல் வீரர்களை அனுப்பி வைத்திருந்தார் பூர்ணையா. ஒரு சமயம், திப்பு சுல்தான் பிரசார வேலைகளில் ஈடுபட்டுக்கொண்டிருந் தார். மற்றொரு சமயம், போர்க்களத்தில். தகவல் கேள்விப் பட்டவுடன் செய்து கொண்டிருந்த வேலையை அப்படியே கீழே போட்டுவிட்டு விரைந்து வந்துவிட்டார் திப்பு.

திப்பு சுல்தானை ஒரு பிடி பிடித்துவிட்டார் ஹைதர் அலி. கொடுக்கப்பட்ட வேலையைச் செய்யாமல் எப்படி நீ வரலாம்? பாசம், அன்பு, நேசம் என்றெல்லாம் பிதற்றாதே. நான் உனக்கு அப்பா மட்டுமல்ல. மைசூர் சாம்ராஜ்ஜியத்தின் மன்னனும்கூட. என் கட்டளையை நீ மீறக்கூடாது. புரிந்ததா?

பூர்ணையாவையும் எச்சரித்தார். எனக்கு என்ன ஆனாலும் சரி. திப்பு அவன் வேலையைத் தொடரவேண்டும். இன்னொரு முறை நீ அவசரப்பட்டு செய்தி அனுப்பினால், உன் தலை தங்காது.

பூர்ணையா தன் தலையை ஒரு முறை தொட்டுப் பார்த்துக் கொண்டார். பரவாயில்லை. ஹைதர் அலி பிழைத்து என் தலை போகவேண்டும் என்றால் பரவாயில்லை. ஆனால், திப்புவிடம் சொல்லாமல் இருக்க முடியாது.

காரணம், திப்புவும் பூர்ணையாவைத் தனியாக அழைத்துச் சென்று கடுமையான குரலில் எச்சரித்திருந்தார். 'இதோ பாருங்கள். அப்பா அப்படித்தான் சொல்வார். அதற்காக நீங்கள் சும்மா இருந்துவிடக் கூடாது. உலகின் எந்த மூலையில் நான் இருந்தாலும் சரி. எனக்கு உடனே தகவல் தெரிவிக்க வேண்டும். சின்ன பிரச்னைதானே நாளை சரியாகிவிடும் என்று நினைத்து விடவேண்டாம். கவனம்.'

தகவல் சொன்னால் ஹைதர் அலி தலையைச் சீவுவார். சொல்லாவிட்டால் திப்பு. இருப்பது ஒரு தலை. போனால் போகட்டும். திப்பு, ஹைதர் மீது உயிரையே வைத்திருக்கிறார் என்பது பூர்ணையாவுக்குத் தெரியும். அதேபோல்தான் ஹைதரும். ஆயிரம்தான் அதட்டினாலும் உருட்டினாலும் தன்னைத் தேடி ஓடிவந்த திப்புவைப் பார்த்து ஹைதர் பூரித்துப் போனாரா இல்லையா?

ஓரே ஓர் உதாரணம். த்ரிம்புக் ராக் என்றொரு மராத்திய மன்னர் இருந்தார். ஹைதர் அலியின் விரோதி. ஒரு முறை, ஸ்ரீரங்கப் பட்டிணத்தில் இருந்து ஹைதரின் படைகள் வெளியேறிக் கொண்டிருந்தபோது, மராத்திய மன்னரின் படை அவர்களைச் சுற்றி வளைத்துவிட்டது. அன்றைய தினம் ஹைதர் அலி போர்க் களத்துக்கு வரவில்லை.

அகப்பட்டது யாசீன் கான். ஹைதரின் படைத்தளபதி. தாடி, மீசை இரண்டையும் மழுங்க சவரம் செய்திருப்பான் யாசீன் கான். தொலைவிலிருந்து பார்ப்பதற்கு அச்சு அசல் ஹைதர் அலி போலவே இருப்பான். மராத்தியப் படையும் அப்படித்தான்

நினைத்துக்கொண்டது. ஆஹா! மைசூர் புலி நம்மிடம் சிக்கி விட்டதே!

ஹைதர் அலியை கைது செய்துவிட்டார்கள் என்னும் தகவல் திப்பு சுல்தானுக்குச் சென்றது. துடிதுடித்துவிட்டார் அவர். மராத்திய மன்னன் எதற்காக அவரைக் கைது செய்திருக்கிறான் என்று அவருக்குத் தெரியும். உடனடியாக ஆள்களை அழைத்து, ஓர் ஒப்பந்தத்தைத் தயார் செய்தார் திப்பு.

அன்புள்ள மராத்திய மன்னருக்கு, திப்பு எழுதிக்கொள்வது. என் தந்தையை உடனடியாக விடுதலை செய்யுங்கள். அதற்கு ஈடாக, மைசூரை எடுத்துக்கொள்ளுங்கள். வேண்டுமென்றால், என்னையும் சிறைபடுத்திக்கொள்ளுங்கள்.'

இந்த ஒப்பந்தத்தை எடுத்துக்கொண்டு மராத்திய மன்னரைச் சென்று சந்தித்தார் திப்பு. அவர் எதிர்பார்ப்பு வீண் போகவில்லை. மைசூரைத் தந்தால், ஹைதரை விட்டுவிடுவோம் என்றார் மராத்திய மன்னர். திப்பு ஒப்பந்தத்தை வெளியில் எடுத்து காண்பித்தார். முதலில் என் அப்பாவை வெளியில் விடுங்கள். ஒப்பந்தத்தைத் தருகிறேன்.

இதோ அழைத்துச் செல் என்று யாசீம்கானை வெளியில் அனுப்பியபோது, ஒரு கணம் திடுக்கிட்டுப் போனார் திப்பு சுல்தான். ஆ! இவரா. தனது பதற்றத்தை வெளியில் காட்டிக்கொள்ளவில்லை. பொறுமையாக அமர்ந்து பேச்சுவார்த்தையில் இறங்கினார். எந்த வித இழப்பும் இல்லாமல் பிரச்னை சுமுகமாகத் தீர்க்கப்பட்டது.

விஷயம் கேள்விப்பட்டவுடன், ஹைதர் அலி அதிர்ந்தேவிட்டார். என்ன ஒரு பைத்தியக்காரத்தனமான சிந்தனை திப்பு? யாருக்காகவும் எதற்காகவும் மைசூரை விட்டுக்கொடுக்கலாமா? ஒரே ஓர் உயிர். போனால் போகட்டும். என் உயிரோ, உன் உயிரோ. நாம் முக்கியமல்ல. நான், நீ இருவரும் முக்கியமல்ல. மைசூர் முக்கியம். இனியொரு முறை இப்படி ஒரு தவறைச் செய்யாதே.

ஃபக்ர் உன்னிஸா தன் அறையில் அமைதியாக அமர்ந்திருந்தார். தனியாகவும்கூட. அறையின் நடுவே கொத்துக் கொத்தாக மலர்கள். வெள்ளை மலர்கள். ஃபக்ர் உன்னிஸாவுக்கு மலர்கள் என்றால் கொள்ளைப் பிரியம். ஒவ்வொரு முறை விடைபெறும் போதும், அழகிய வெள்ளை மலர்களைத் தேடிப்பிடித்து தன் மனைவிக்கு அனுப்பி வைப்பார் ஹைதர் அலி.

இதோ இப்போது இருக்கும் மலர்கள் ஹைதர் அலி அனுப்பியது தான். பூர்ணையாவின் மூலம் கொடுத்தனுப்பியிருந்தார். திப்பு சுல்தானும் தன் அம்மாவுக்கு அடிக்கடி மலர்களை அனுப்பி வைப்பது வழக்கம்.

தவிரவும், ஃபக்ர் உன்னிஸாவுக்குப் புதிய வாழ்க்கையை அளித்ததே இந்த மலர்கள்தான். மலர்களைப் பார்க்கும்போதெல் லாம் அவருக்கு ஷாபாஸ் பேகமின் நினைவுதான் வரும்.

●

ஹைதர் அலியின் முதல் மனைவி ஷாபாஸ் பேகம். அன்பான கணவர். அழகான பெண் குழந்தை. வீடு, வாசல், தோட்டம். வேண்டிய மட்டும் செல்வம். இத்தனையும் இருந்தும் ஷாபாஸ் பேகமுக்கு ஒரு குறை. இரும்பு எலியைப்போல் அவள் மனத்தை குடைந்துகொண்டிருந்தது அந்தக் குறை. அவர் இருக்கும் நிலைமையில், படுக்கையைவிட்டு நகரக்கூட முடியாது. பக்கவாதம். இன்னொரு குழந்தை? அதுதான் அவரது கவலை. மன்னருக்கு ஓர் ஆண் வாரிசு இல்லையே?

ஒரு நாள் கணவரை அழைத்துப் பேசினார் ஷாபாஸ் பேகம்.

'நீங்கள் நிச்சயம் இன்னொரு திருமணம் செய்துகொள்ளத்தான் வேண்டும்.'

ஹைதர் அலி புருவங்களைச் சுருக்கினார்.

'ஏன்? இப்போது அதற்கென்ன அவசியம்?'

'உங்களுக்கு ஒரு ஆண் வாரிசு வேண்டாமா?'

'வேண்டாம். பெண் குழந்தையே போதும். நீ ஓய்வெடுத்துக் கொள்.'

அவருக்கென்ன? சொல்லிவிட்டுப் போய்விட்டார். இத்தனை ஆண்டுகளாக ஓய்வில் இருந்து என்ன சாதித்துவிட்டேன்? துருப் பிடித்துப்போன வாழ்க்கை. உடலும் உள்ளமும் தளர்ந்து விட்டது. இனி நான் உயிருடன் இருப்பதால் எனக்கும் பயன் இல்லை. பிறருக்கும் பயனில்லை. உயிர் விட்டு பிரிவதற்குள் அந்தக் காரியத்தைச் செய்து முடித்துவிடவேண்டும்.

தனக்கு ஓர் ஆண் வாரிசு வேண்டும் என்று உண்மையிலேயே அவருக்குத் தோன்றவில்லையா? அல்லது, எனக்காகத் தனது ஆசையைப் புதைத்துக்கொண்டு விட்டாரா? எப்படி இருந்தா

லும் அது தவறு. தவிரவும், அவரது பெருந்தன்மைக்கு நான் ஏதாவது கைம்மாறு செய்தே தீரவேண்டும்.

தன் கணவருக்கு ஏற்ற பெண்ணை ஷாபாஸ் பேகம் முன்னரே தேர்ந்தெடுத்திருந்தார். ஃபக்ர் உன்னிஸா. நல்ல குடும்பத்தைச் சார்ந்த பெண். தந்தை மிர் முயுன்-உத்-தின் (Mir Muin-ud-din), கடப்பா கோட்டையின் கவர்னராகச் சிறிது காலம் பணியாற்றி யவர். வசதி வாய்ப்புகள் கொஞ்சம் குறைச்சல்தான். ஆனால், அது முக்கியமல்ல. தேவனஹல்லியில் தன் கணவரிடம் இல்லாத செல்வமா?

என் கணவரை கவனித்துக்கொள்ளவேண்டும். ஆண் வாரிசு ஒன்றை உருவாக்கித் தரவேண்டும். என் பெண்ணை ஒதுக்கி வைக்காமல், தன் குழந்தைப்போல் பாவிக்கவேண்டும். இதைச் செய்தால் போதும். என்னைக் கவனித்துக்கொள்ள வேண்டும் என்றுகூடக் கட்டாயமில்லை.

ஷாபாஸ் பேகம் படுக்கையில் விழுந்தபோது, அடிக்கடி வந்து நலம் விசாரித்தவர்களுள் ஒருவர் ஃபக்ர். வாஞ்சையுடன் அவள் பேசும் வார்த்தைகள் ஷாபாஸைக் கட்டிப் போட்டுவிட்டன. பிறகு, ஃபக்ர் உன்னிஸா அளிக்கும் மலர்கள். இந்த வெள்ளை மலர்களுக்கு ஈடாகுமா பொன்னும் பொருளும்? அப்போதே தீர்மானித்துவிட்டார்.

நாள்கள் செல்லச் செல்ல, ஷாபாஸின் உடல் நலம் மிகவும் மோசமடைந்தது. தலையைத் தடவிக்கொடுத்து விடைபெறும் ஹைதர் அலியின் கைகளை இறுக்கமாகப் பற்றிக்கொண்டார் அவர். இனியும் சாக்குபோக்கு வேண்டாமே. தயவு செய்து நான் சொல்வதைக் கேளுங்கள்.

ஹைதர் யோசித்தார். ஆனால் மறுக்கவில்லை. ஃபக்ர் உன்னி ஸாவை உங்களுக்குப் பிடித்திருக்கிறதா என்று ஷாபாஸ் கேட்டபோது, உனக்குப் பிடித்திருந்தால் சரிதான் என்று சொல்லி நகர்ந்துகொண்டார். யார் என்ன என்றுகூட விசாரிக்கவில்லை. பெண் கறுப்பா சிவப்பா என்றுகூட தெரியாது.

அவர்கள் திருமணம் முடிந்து, இரண்டு ஆண்டுகள் மட்டுமே உயிருடன் இருந்தார் ஷாபாஸ் பேகம்.

பூர்ணையா அனுப்பி வைத்த ஆறு குதிரை வீரர்களில் ஐந்து பேர் திப்புவைத் தேடி ஒவ்வொரு வழியில் தங்கள் பயணத்தைத்

தொடங்கினார்கள். அந்த ஆறாவது நபர் வேறொரு புதிய திசையில் தனது குதிரையைச் செலுத்திக்கொண்டிருந்தான். அவனுக்குக் கொடுக்கப்பட்டிருந்த உத்தரவு வேறு.

ஹைதர் அலி உனக்குத் தருவதைவிட, ஐந்து பங்கு அதிகம் தருகிறேன். அரண்மனையிலேயே இரு. ஒருவருக்கும் சந்தேகம் நேராதபடி எல்லா நடவடிக்கைகளையும் ஆராய்ச்சி செய். அவ்வப்போது எனக்குத் தகவல்கள் அனுப்பு. ஹைதர் அலி உன் கண் பார்வையைவிட்டு அகலக்கூடாது. திப்பு சுல்தானின் நிழலாக மாறு.

உத்தரவைப் பிறப்பித்தவர் ஷீக் ஆயாஸ் (Sheikh Ayaz). பெத்னூர் மாகாணத்தின் கவர்னர். சாதாரண சிப்பாயாக ஹைதர் அலியின் படையில் இணைந்தவர். ஹைதர் அலியின் நம்பிக்கைக்குப் பாத்திரமானவர். தவிரவும், ஹைதரின் பொக்கிஷங்களின் ஒரு பகுதியைப் பாதுகாக்கும் பொறுப்பு இவருடையது.

ஹைதர் அலி இறந்துகொண்டிருக்கிறார் என்ற தகவலைக் கேள்விப்பட்டதில் இருந்து நிலைகொள்ளாமல் தவிக்க ஆரம்பித்தார் ஆயாஸ். இதைவிட அருமையான வாய்ப்பு கிடைப்பது அரிது. கிழட்டுப் புலி. அதிக நாள்கள் தாங்காது.

பூர்ணையா ஒரு நல்ல காரியத்தையும் செய்திருக்கிறான். ஹைதர் அலி இறந்துகொண்டிருக்கிறார் என்னும் தகவல் இன்னமும் வெளியில் கசியவில்லை. நல்லது.

ஆயாஸின் திட்டம் இதுதான். ஹைதர் அலி கண்களை மூடிய மறுநிமிடமே புயல்போல் சுழலவேண்டும். முதலில் பூர்ணையா. விஷ வித்து. மூளைக்காரன். தவிரவும், ஓர் இந்துவும்கூட. ஹைதர் அலிக்கு புத்தி தடுமாறிவிட்டதால்தான், ஓர் இந்துவை எப்போதும் தனக்கு அருகே வைத்திருக்கிறார். முதலில் பூர்ணையாவைச் சிறை பிடிக்கவேண்டும்.

எதற்காக? காரணம், ஹைதர் அலியைக் கொன்றவன் அவன்தான். கூடவே இருந்து கழுத்தறுத்திருக்கிறான். ஹைதரின் சாப்பாட்டில் விஷம் கலந்து கொன்றிருக்கிறான். அல்லது மந்திரங்கள் மூலம். ஏதோவொன்று. காரணம் முக்கியமல்ல. குற்றச்சாட்டுதான் முக்கியம்.

பிறகு, ஹைதரின் முக்கிய படைத் தளபதிகள், வீரர்கள், ஆலோசகர்கள், நண்பர்கள் அனைவரையும் கைது செய்யவேண்டும்.

பூர்ணையாவுடன் ஒன்றுசேர்ந்து சதித்திட்டம் தீட்டியவர்கள் அல்லவா? விரோதிகள். நயவஞ்சகர்கள். நம்பிக்கை துரோகி கள். விட்டு வைக்கலாமா அவர்களை?

ஒருவருக்கும் என் மேல் சந்தேகம் வராது. தவிரவும், ஆட்சியைக் கைப்பற்றப்போவது நானில்லை. அப்படிச் செய்தால் சந்தேகம் என் மேல் திரும்பிவிடும். நான் என்ன முட்டாளா? ஆ, இதற்காகத்தான் இத்தனை வேலைகளை இந்த ஷீக் ஆயாஸ் செய்திருக்கிறானா என்று கேள்வி எழுப்ப மாட்டார்களா? இத்தனை யோசித்தவன், அதை யோசிக்காமல் விடுவானா!

எனவே, வேறொரு திட்டம். ஆட்சியில் அமரப்போவது அப்துல் கரீம். திப்பு சுல்தானின் சொந்தச் சகோதரன். ஹைதர் அலியின் வாரிசு. சரி, அப்துல் கரீமை ஆட்சியில் அமர வைத்தால் உனக் கென்ன லாபம்? ஹா ஹா ஹா, நீங்கள் கேட்பது புரிகிறது. கரீம் ஒரு பூஞ்சை இளவரசன். குச்சி பூச்சி. எந்த நேரமும் ஒடித்துக் கடாசிவிடலாம். அப்புறமென்ன? மைசூர் என்னுடையது.

தனது திட்டத்தைப் பல முறை தன் மனத்துக்குள் வாசித்து ஒத்திகை செய்துவிட்டான் ஆயாஸ்.

ஒரே பிரச்னை திப்பு சுல்தான்.

திப்பு வந்து சேர்வதற்குள் ஏதாவது உருப்படியாகச் சாதிக்க வேண்டும். என்ன நடந்தாலும் சரி, திப்புவின் கைகளுக்கு அதி காரம் போய்விடக்கூடாது. ஹைதர் அலியைவிட ஆபத்தானவன் திப்பு. அவன் இருக்கும்வரை நிம்மதியாக இருக்க முடியாது. அவரைத் தேடி ஐந்து வீரர்கள் சென்றுகொண்டிருக்கிறார்கள். இன்னும் சில தினங்களில் அவரைக் கண்டுபிடித்துவிடுவார்கள். ஆகவே, அதற்குள்.

•

முதல் வதந்தி யார் வாயிலிருந்து புறப்பட்டது என்று தெரிய வில்லை. ஆனால் அது எல்லோருடைய காதுகளையும் சென்ற டைந்தது. படை வீரர்களும் உறவினர்களும் பொது மக்களும் ஹைதர் அலியின் கூடாரத்தின் முன்னால் கூட்டமாகத் திரண்டு விட்டார்கள். பெரும் கோஷத்துடன். எங்கள் மன்னரை நாங்கள் பார்க்கவேண்டும். அவருக்கு என்ன நடக்கிறது?

பூர்ணையா அவர்களை அமைதிப்படுத்த முயன்றார். ஹைதருக்கு உடல் நலம் சரியில்லை. காய்ச்சலில் நடுங்கிக்கொண்டிருக்கிறார். இத்தனை பேர் ஒன்றாக நின்று கத்தினால், என்னத்துக்கு ஆகும்?

சமாதானத்தை ஏற்றுக்கொள்ளவில்லை அவர்கள். சீறினார்கள் இல்லை, ஹைதரைக் கொல்ல முயற்சிக்கிறீர்கள். அதனால்தான் அவரை நாங்கள் பார்க்க முடியவில்லை. மேளச் சத்தம் கேட்டது. ஆனால், அவரைக் காணவில்லை. ஏதோ சதி. அரசருக்கு ஆபத்து.

பூர்ணையா கதவைத் திறந்துவிட்டார். சரி நான் சொல்வதை நீங்கள் நம்பவில்லை என்றால், நீங்களே உள்ளே சென்று மன்னரைப் பார்த்துவிட்டு வாருங்கள். கூட்டமாக அல்ல, உங்களில் ஒருவர். ஆனால் ஒன்று, அதிகம் சத்தம் செய்து அவர் உறக்கம் கலைந்துவிட்டால், அதற்கு நீங்கள்தான் பொறுப்பாளி.

கூட்டத்திலிருந்து ஒருவன் தயங்கித் தயங்கி உள்ளே சென்றான். ஒரே விநாடியில் வெளியில் வந்துவிட்டான். 'தாழ்ந்த குரலில் சொன்னான்: ஆம், அவர் உறங்கிக்கொண்டிருக்கிறார். அவர் கண் இமைகள் அசைந்ததைக் கண்டேன்.'

கூட்டம் கலைந்துவிட்டது.

கிழக்குப் பகுதியில் அமைந்திருந்தது அந்தச் சிறிய கூடாரம். பூர்ணையாவிடமிருந்து செய்தி என்றதும் அவசர அவசரமாக அந்தக் குதிரை வீரனை உள்ளே அழைத்துச் சென்றார் திப்பு சுல்தான்.

'உன் பெயர் என்ன?'

'சாதுராம்.'

'உட்கார். அப்பா இப்போது எப்படி இருக்கிறார்?'

'நன்றாக இருக்கிறார், சுல்தான். இதோ கடிதம்.'

கடிதத்தை வாங்கி அமைதியாக வாசித்தார் திப்பு சுல்தான். பிறகு, கண்களை மூடிக்கொண்டார்.

'அப்பா இறந்துவிட்டார் சாதுராம்.'

நொடிப்பொழுதில் ஷிவ்ஜிக்குத் தகவல் போய்ச் சேர்ந்தது. ஷிவ்ஜி திப்புவின் பிரத்தியேகச் செயலாளர். செய்ய வேண்டிய வேலைகளை அர்ஷத் என்பவரிடம் ஒப்படைத்தார் திப்பு. அவர் கிளம்புவதற்கான பணிகள் ஆரம்பமாயின.

சாதுராம் அருகிலிருந்த திண்டில் அமர்ந்து உறங்கிக்கொண் டிருந்தார். இந்த நேரத்தில் தூக்கமா? அவரைத் தட்டி எழுப்ப முயன்ற ஷிவ்ஜியை அமைதிப்படுத்தினார் திப்பு.

பாவம் வெகு தொலைவிலிருந்து வந்திருக்கிறான். ஓய்வு ஒழிச்சல் இல்லாத பயணம். கொஞ்சம் உறங்கட்டும். நாம் கிளம்புவோம்.

உடனடியாக அமைச்சர்களைக் கூட்டினார் பூர்ணையா. இந்த விஷயம் ரகசியமாக இருக்கட்டும். யாரும் வெளியில் மூச்சு விடக்கூடாது. எதிரிகள் தயாராக இருக்கிறார்கள். வெளியே மட்டுமல்ல உள்ளேயும். ஹைதர் அலி இறந்துவிட்டார் என்று தெரிந்தால், அவர்கள் பாய்ந்துவிடுவார்கள். நம்மால் சமாளிக்க முடியாது. திப்பு வரட்டும்.

மறுநாள் காலை. வழக்கம்போல் மேளங்கள் ஒலித்தன. பூர்ணையாவும் அவர் ஆள்களும் ஒரு பெரிய பெட்டியைக் கொண்டு வந்தார்கள். படை வீரர்களைக் கூட்டினார்கள். ஒரு சந்தோஷமான செய்தி. துருக்கிய ஓட்டாமான் சாம்ராஜ்ஜியத் தின் மகாராஜா நம் ஹைதர் அலிக்காக இந்த அழகிய பெட்டியை அனுப்பி வைத்திருக்கிறார். கூடவே, தன் வாழ்த்து களையும் தெரிவித்திருக்கிறார். பாருங்கள், நம் மன்னருக்கு எத்தனை பெரிய சிநேகிதர்! எத்தனை பொன்னும் பொருளும் கொடுத்திருக்கிறார் பாருங்கள்.

படை வீரர்கள் அந்தப் பெட்டியைப் பார்த்துப் பார்த்து சிலிர்த்துக் கொண்டார்கள். ஆ, அத்தனையும் விலை மதிக்க முடியாத வைர, வைடூரியக் கற்கள். விலை மதிக்க முடியாத எங்கள் மன்னரின் அன்பைப் பெறுவதற்காக அனுப்பியிருக்கிறார். வாழ்க எங்கள் மன்னர்!

உள்ளே நுழைந்ததும், ஆபரணங்களை ஒரு மூலையில் கொட்டி விட்டு, ஹைதர் அலியின் உடலை அந்தப் பெட்டிக்குள் கிடத்தி னார்கள். மீண்டும் அதை வெளியில் கொண்டு வந்தார் பூர்ணையா. வீரர்களே, மன்னரிடம் காட்டிவிட்டேன். அவரால் பேச முடிய

வில்லை. ஆனால் அவர் சந்தோஷமாக இருக்கிறார் என்று தெரி கிறது. சரி, சரி, எல்லோரும் கிளம்புங்கள். அவரவர் வேலையைச் செய்ய ஆரம்பியுங்கள்.

மிக்க மரியாதையுடன் அந்தப் பெட்டியைச் சுமந்து சென்றார்கள் வீரர்கள். அறுபது மைல் தொலைவில் உள்ள கோலார் என்னும் பகுதியில் அந்தப் பெட்டி பாதுகாப்பாக வைக்கப்பட்டது. ஃபட்டா முகம்மது என்பவரின் சமாதி இருப்பது அங்கேதான். ஹைதர் அலியின் அப்பா இவர்.

●

சித்தூர் போய்ச் சேர்வதற்கு எப்படியும் இரண்டு நாள்கள் ஆகிவிடும். திப்பு சுல்தானைச் சுமந்துகொண்டிருந்த குதிரை காற்றைக் கிழித்துக்கொண்டு பறந்துகொண்டிருந்தது.

ஹைதர் அலி. புரிந்து கொள்ள முடியாத பெரும் புதிர் என்றுதான் எல்லோரும் அவரை அழைப்பார்கள். புதிரா அவர்? இல்லை. மிகவும் எளிமையான மனிதர். மிகச் சாதாரண பின்னணி யிலிருந்து வந்தவர். ஆனால், யாராலும் கற்பனை செய்து பார்க்க முடியாத உயரங்களைத் தொட்டிருக்கிறார்.

என் தந்தையின் வளர்ச்சி ஓர் அதிசயம் என்று சொன்னால் அதை என்னால் ஏற்றுக்கொள்ள முடியாது. உழைப்பு, கடினமான உழைப்பு. தவிரவும், புத்திக் கூர்மை. இவை இல்லாவிட்டால், ஒரு சிப்பாயாகவே அவர் கதை முடிந்துபோயிருக்கும்.

திப்பு சுல்தான் தன் குதிரையை இன்னமும் வேகமாகச் செலுத் தினார்.

2

புலி வளர்ந்த கதை

திப்பு சுல்தான் பிறந்தபோது, ஹைதர் அலி ஓர் இளநிலை அதிகாரி. மைசூரில் ஓரளவுக்குச் செல்வாக்குள்ள நபரும்கூட.

மைசூரில், ஓரளவுக்குச் செல்வாக்குள்ள நபர்களைக் காண்பதுகூட அப்போது அரிதாகத்தான் இருந்தது. பெயருக்கு ஒரு ராஜா. உடையார். பெயருக்கு ஓர் ஆட்சி. மற்றபடி, லஞ்ச லாவண்யம்தான் ஆண்டு கொண்டிருந்தது. அநியாய வரி. அக்கிரம மான அடக்குமுறை. தொழில், வர்த்தகம் எதற்கும் சுதந்தரம் கிடையாது. ராஜாவின் அனுமதி பெற்றுத்தான் எதுவொன்றையும் செய்யவேண்டும். ஆனால், ராஜாவோ எதற்கும் அனுமதி தர மாட்டார்.

வியாபாரிகள், விவசாயிகள், பொது மக்கள் ஒருவருக்கும் ராஜாவைப் பிடிக்கவில்லை. உள்ளுக்குள்ளே புகைந்துகொண்டிருந்தார் கள். இரண்டு தட்டு தட்டி, யார் ராஜாவைக் கீழே சாய்க்கிறார்களோ அவர்தான் அடுத்த ராஜா. இதுதான் நிலைமை.

ஹைதர் அலிக்குத் திடீரென்று அந்த யோசனை எப்படித் தோன்றி யது என்று தெரியவில்லை. நண்பர்கள் யாராவது சொல்லியிருக் கலாம். அப்போதைய அரசியல் நிலைமைகளை உன்னிப்பாகக் கவனித்து வந்ததால், அவருக்கே சுயமாக அந்தச் சிந்தனை உதித்திருக்கலாம். அல்லது, தன் மகன் சுல்தான் என்று பெயரிடப் பட்டதால், அதற்கேற்றாற்போல், தானும் வளரவேண்டும் என்று நினைத்திருக்கலாம்.

ராஜாவை வீழ்த்திவிட்டு அவர் இடத்தில் அமர்வதல்ல, ஹைதர் அலியின் திட்டம். கனவில்கூட சாத்தியமல்ல அது. அரசாங்கத் தில் ஒரு முக்கியப் பதவி. சீஃப் கமாண்டர். கவர்னர். அல்லது மந்திரி. ஏதோவொன்று. ஆனால், பெரிய பதவி. அது போதும்.

•

மைசூர் சாம்ராஜ்ஜியத்தைத் தோற்றுவித்தவர்கள் உடையார்கள். 1400-ம் ஆண்டு தொடங்கி, இந்தியா சுதந்தரம் பெற்ற காலம் வரையில், உடையார்களின் வசம் இருந்த சாம்ராஜ்ஜியம் அது. தொடக்கத்தில், மைசூர், விஜயநகரப் பேரரசின் ஒரு கிளையாக இருந்தது. பதினாறாம் நூற்றாண்டில் விஜயநகரப் பேரரசு என்னும் ஆலமரம் வீழ்ந்தபிறகும், இந்தக் கிளையின் வலு குறையவேயில்லை.

பதினாறாம் நூற்றாண்டின் மத்தியில் ராஜா உடையார் மற்றும் அவருக்குப் பின்னால் வந்த கந்தீரவா இருவரின் முன்முயற்சி யால் மைசூர் ஒரு தனி சுதந்தரப் பிரதேசமாக ஜொலிக்க ஆரம் பித்தது. தற்போதைய கர்நாடகாவையும் தனக்குள் உள்ளடக்கிக் கொண்டு, பரந்து விரிந்திருந்தது மைசூர்.

அந்த ஒப்புக்குச் சப்பாணி ராஜாவுக்கு இரண்டு அமைச்சர்கள். தேவராஜ் மற்றும் நஞ்சராஜ். சகோதரர்கள். உண்மையான அதிகார மையம் இவர்கள்தான். ஹைதர் அவர்களை நாடினார். ஹைதரை அவர்களுக்குப் பிடித்துபோனது. ஓரளவுக்குப் பிரபல மானவர். விசாரித்ததில், நல்லவர் என்று சொல்கிறார்கள். சேர்த்துக்கொள்வதில் தவறில்லையே? சேர்த்துக்கொண்டார் கள். எடுத்த எடுப்பிலேயே மைனர் கமாண்டர் பதவி. ஐம்பது குதிரைகள். இருநூறு வீரர்கள்.

எல்லாம் நம் மகன் திப்புவால்தான் என்று ஃபக்ர் உன்னிஸா பெருமிதத்துடன் பூரித்தபோது, புன்னகைக்க மட்டுமே செய்தார்

ஹைதர் அலி. முதல் பெரும் பொறுப்பு. இது ஒரு தொடக்கம் தான். இன்னமும் நிறைய சாதிக்கவேண்டும்.

தனது படைகளை பொறுப்புடன் கவனித்துக்கொண்டார் ஹைதர். தேவனஹல்லியில் ஒரு முக்கிய நபராக, தான் மாறி வருவதை அவரால் உணர முடிந்தது. உற்சாகத்துடன் பணியாற்ற ஆரம்பித்தார். கூடுதல் போர்ப் பயிற்சிகள் எடுத்துக்கொண்டார். கை அரித்தது. போர் ஏதாவது வராதா? காத்திருக்க ஆரம்பித்தார்.

ஹைதரபாத் நிஜாம் புண்ணியத்தில் போர் ஆரம்பமானது. தயாராகக் காத்திருந்த ஹைதர், நஞ்சராஜிடம் விரைந்து சென்றார். ஐயா, இது எனக்கான வாய்ப்பு. என்னிடம் பொறுப்பை ஒப்படையுங்கள். நிஜாமை உண்டு இல்லை என்று செய்துவிடுகிறேன். தவிரவும், என் திறமையை நிரூபிக்க இது ஒரு வாய்ப்பு.

நஞ்சராஜ் சம்மதித்தார். இந்த முறை ஹைதருக்குக் கிடைத்தது மூவாயிரம் வீரர்கள், ஐநூறு குதிரைகள். உற்சாகத்துடன் கத்தியை சுழற்றிக்கொண்டு ஓடினார் ஹைதர் அலி. அவர் நினைத்தது போல் சுலபமாக நிஜாமை வீழ்த்த முடியவில்லை. மோதல்கள் கடுமையாக இருந்தன. எதிர்ப்புகள், இழப்புகள், உயிர்ச் சேதங்கள்.

இறுதியில் நிஜாமின் பொக்கிஷங்களை ஹைதர் கைப்பற்றிக் கொண்டார். மூன்று ஒட்டகங்கள். வழிய வழிய வைரம், வைடூரியம், ரத்தின கற்கள்.

ஓர் ஒட்டகம் நஞ்சராஜுக்கு. என் மீது நம்பிக்கை வைத்த உத்தமமான மனிதருக்குக் கோடி வந்தனங்களுடன். அனுப்பி விட்டார். இரண்டு ஒட்டகங்களை வீட்டுக்கு ஓட்டி வந்துவிட்டார். இந்தச் செல்வம் எனக்கு. எனக்கு என்றால் தேவனஹல்லிக்கு. தேவனஹல்லியின் மேன்மைக்கு.

வேறு சில திட்டங்கள் இருந்தது அவரிடம். தேர்ச்சி பெற்ற படைவீரர்களை அழைத்துப் பேசினார். பிரெஞ்சுக்காரர்களை அழைத்துப் பேசினார். ஒரு படையை உருவாக்கப்போகிறேன். நிறைய வேலைகள் செய்ய வேண்டியிருக்கிறது. ஆயுதங்கள் சேகரிக்கவேண்டும். சிறந்த போர் பயிற்சி வேண்டும். என்னுடன் இணைய சம்மதமா? என் தலைமையில் பணிபுரிகிறாயா?

ஒரு படை உருவாக ஆரம்பித்த அதேசமயம், ஹைதர் அலிக்கு பதவி உயர்வும் வந்து சேர்ந்தது. உபயம், நஞ்சராஜுக்கு அனுப்பி

வைக்கப்பட்ட ஒட்டகம். இப்போது ஹைதர் அலி. திண்டுக் கல்லின் கமாண்டண்ட். குறிப்பாக திண்டுக்கல் தேர்ந்தெடுக்கப் பட்டதன் காரணம், அங்குள்ள சூழல். பொழுது விடிந்து பொழுது சாய்ந்தால் தகராறு, மோதல், கலவரம். கலகக்காரர்களை அடக்கி ஒடுக்கி, நிலைமையைச் சீர்செய்ய தேர்ச்சி பெற்ற ஒரு கை தேவைப்பட்டது. ஆகவே, ஹைதர் அலி. ஆகவே, பதவி உயர்வு.

இதற்கிடையில், தேவராஜுக்கும் நஞ்சராஜுக்கும் திடீரென்று பங்காளிச் சண்டை வெடித்தது. ஆரம்பத்தில், வீட்டுக்குள்ளேயே அடித்துக்கொண்டார்கள். பிறகு, வீதிக்கு வந்து விட்டார்கள். என் சொத்தைப் பிரித்துக்கொடு என்று உச்சஸ்தாயியில் கத்தி கலாட்டா செய்து பெரும் செல்வத்தைப் பிடுங்கிச் சென்று விட்டார் தேவராஜ்.

நஞ்சராஜால் எதிர்க்க முடியவில்லை. ஏற்கெனவே நிர்வாகத்துக் காக ஏகப்பட்ட செலவுகள் செய்திருந்தார். தவிரவும், அவர் வசமிருந்த படைகள் உதிர ஆரம்பித்துவிட்டன. சகோதரர்கள் இரண்டுபட்டதும் அருகிலிருந்த ஹைதராபாத் நிஜாமுக்குத் தெம்பு கூடிவிட்டது. நஞ்சராஜ் கிட்டத்தட்ட நடுத்தெருவுக்கு வந்து விட்டார் என்று முடிவு செய்த அவர், நஞ்சராஜை சீண்ட ஆரம்பித்துவிட்டார். நான் கேட்கும் பணத்தை, பொருளைத் தருகிறாயா அல்லது உன் மீது படையெடுத்து, சிறைபிடிக்கவா?

இருப்புக்கே பிரச்னை. எதிரியை அண்டவிடக் கூடாது. படை களைப் பராமரிப்பது செலவு பிடிக்கும் பணி. என்னென்ன செய்து பணம் சேர்க்க முடியுமோ அத்தனையும் செய்தார் நஞ்சராஜ். அரண்மனை மற்றும் கோயில்களில் குவிந்திருந்த ஆபரணங் களைக்கூட கிட்டத்தட்ட அபகரித்து எடுத்து வந்துவிட்டார். ம்ஹூம். சமாளிக்க முடியவில்லை.

சொந்தப் படைகளே நாகம்போல் படை எடுத்து சீறின. வஞ்சகம். நம்பிக்கைத் துரோகம். தலைமைக்கு எதிராக வீரர்கள் ஒன்று சேர்ந்துவிட்டார்கள். இத்தனை காலமும் நஞ்சராஜிடம் சம்பளம் வாங்கிக்கொண்டு, அவர் காலால் இட்ட உத்தரவுகளை தலையால் செய்து முடித்த உத்தமோத்தர்கள்தாம். இப்போது கத்தியைக் கூராக்கிக்கொண்டு, கலகம் செய்யக் காத்திருக்கிறார்கள்.

கைகளை மேலே தூக்கி சரணடைந்துவிட்டார் நஞ்சராஜ். யார் அங்கே? எனக்கு விசுவாசமாக யாரும் இல்லையா? ஒருவரும்

இல்லையா? ஒரே ஓர் உபகாரத்தை மட்டும் செய்துவிட்டு போங்கள். ஹைதர் அலியை அழைத்து வாருங்கள். அவன் என் நம்பிக்கையைச் சிதறடிக்க மாட்டான். அவன் என்னைக் காப்பான்.

ஓடி வந்தார் ஹைதர் அலி. நஞ்சராஜை ஆசுவாசப்படுத்தி, அவரை ஒரு சாய்வு நாற்காலியில் அமர வைத்தார். யாரது? ஹைதர் அலியா? வந்தாயா? நீயாவது என்னைத் தேடி வந்தாயா? நண்பா, சகோதரா, வா. உன்னால் மட்டும்தான் என்னைக் காப்பாற்ற முடியும். என்னை கைவிட்டு விடாதே.

நஞ்சராஜிடமிருந்து ஹைதர் அலி பெற்றுக்கொண்ட பாடம் இது. தன் வாழ்நாள் முழுவதும் இந்தப் பாடத்தை மறக்கவில்லை அவர். யாராக இருந்தாலும் இதுதான் நிலைமை. பலம் இருக்கும் வரை ஒதுங்கி இருப்பார்கள். கொஞ்சம் ஆட்டம் காண ஆரம் பித்தால்போதும். தரையோடு தரையாக வைத்து அழுத்தி, இறுதியில் அழித்தே விடுவார்கள். என்ன ஆனாலும் சரி, பலத்தை மட்டும் இழக்கவே கூடாது.

சுறுசுறுப்பாக இயங்கினார் ஹைதர் அலி. அவர் படைகள் ஸ்ரீரங்கப்பட்டிணத்துக்குள் நுழைந்தன. முதலில் பாதுகாப்பு. பிறகு, தேவராஜைச் சந்தித்துப் பேசினார். நீங்களும் உங்கள் சகோதரரும் அடித்துக்கொண்டால் பிரச்னை உங்கள் இருவருக் கும்தான். ஆனால், இருவரும் ஒன்றாகிவிட்டால், உங்கள் இருவரின் பலமும் பன்மடங்கு பெருகிவிடும். தவிரவும், நீங்கள் இருவரும் எப்போது பிரிவீர்கள், ஸ்ரீரங்கப்பட்டிணத்தை எப்போது கைப்பற்றிக்கொள்ளலாம் என்று எதிரிகள் காத்துக் கொண்டிருக்கிறார்கள். அவர்களுக்கு நாமே வலிய வந்து ஒரு வாய்ப்பை வழங்கலாமா?

ஆரம்பத்தில், தேவராஜ் ஒப்புக்கொள்ளவில்லை. ஆனால், ஹைதர் அலி விடாமல் நச்சரித்துக்கொண்டே இருந்தார். தன் கருத்தை அவர் மண்டைக்குள் கொஞ்சம் கொஞ்சமாக ஏற்றினார். பலம் கிடைத்தது. இரண்டு சகோதரர்களும் கைகுலுக்கிக்கொண் டார்கள்.

இனி கலகக்காரப் படை வீரர்களை சரிக்கட்டி விட்டால் போதும். வீரர்களிடம் பேசினார் ஹைதர் அலி. எதற்காக நஞ்சராஜுக்கு எதிராகக் கத்தியைச் சாணை பிடித்தீர்கள்? ஐந்து மாத சம்பள பாக்கி என்றார்கள். ப்பூ, இவ்வளவுதானா? உடனே, உடனே,

அந்த இடத்தில் கணக்கை பைஸல் செய்தார் ஹைதர் அலி. ஒரு அதட்டலும் போட்டு வைத்தார். பைசா பெயராத சமாசாரத்துக் கெல்லாம் கலகம் செய்யக்கூடாது. இனியொரு முறை இப்படி நடந்ததாகத் தெரியவந்தால் தொலைத்துவிடுவேன் தொலைத்து.

நஞ்சராஜுக்கு எதிராக உண்மையாகவே, சதித்திட்டம் தீட்டிய ஆள்களைத் தேடிப்பிடித்து இரண்டு தட்டு தட்டினார்.

எல்லாம் முடிந்ததும், சாய்வு நாற்காலியிலிருந்து நஞ்சராஜை எழுப்பினார். ஐயா, வேலை முடிந்தது. நான் கிளம்பவா?

கைகளைப் பின்புறம் கட்டி, புன்னகை செய்த ஹைதர் அலியை பெருமை பொங்கப் பார்த்தார் நஞ்சராஜ். இப்படி ஒரு செயல் வீரன் கிடைப்பானா? ஸ்ரீரங்கப்பட்டணத்தில்? மைசூரில்? ஹிந்துஸ்தானில்? ஏன், இந்த உலகில்?

ஹைதரைக் கட்டியணைத்துக்கொண்டார் நஞ்சராஜ். என்ன வேண்டும் ஹைதர்? என் படையா? என் உயிரா? கேள் தருகிறேன். வாயே திறக்கவில்லை ஹைதர். வெறுமனே புன்னகை செய்தார்.

ஹைதர் அலியை கமாண்டர்-இன்-சீஃப் ஆக்கினார் நஞ்சராஜ். ஹைதர் பகதூர் என்னும் பட்டத்தையும் வழங்கினார். தன் மார்போடு சேர்த்துக் கட்டியணைத்துக்கொண்டார்.

ஆட்சியும் அதிகாரமும் திரும்பக் கிடைத்துவிட்டது. ஆனால், நஞ்சராஜால் முன்போல் பணியாற்ற முடியவில்லை. மூப்பு, அசதி, சோர்வு. போராட்டங்களைச் சந்தித்து சந்தித்து அலுத்து விட்டது.

தன் சகோதரனிடம் கைகுலுக்கிக்கொண்ட சிறிது காலத்திலேயே, தேவராஜ் இறந்துபோனார். நஞ்சராஜின் அமைதி முற்றிலுமாகக் குலைந்துபோனது. வஞ்சகமாக ஏமாற்றித் தன் சகோதரனை நஞ்சராஜ் கொலை செய்துவிட்டார் என்று ஊர் மக்கள் பேசிக் கொள்ள ஆரம்பித்தார்கள்.

உடைந்து போனார் நஞ்சராஜ். ஆட்சியில் மீண்டும் குழப்பம். எதையும் கவனிக்க முடியவில்லை. எல்லாவற்றையும் உதறித் தள்ளிவிட்டு, இரவோடு இரவாக எங்காவது தூர தேசத்துக்கு ஓடிப் போய்விடலாமா? ஆட்சி, அதிகாரம் எதுவுமே வேண்டாம்.

மைசூர் அரண்மனையிலிருந்து ஆசையாசையாகச் சேர்த்து வைத்திருந்த செல்வத்தைக் கண்டாலே வெறுப்பு வந்தது

நஞ்சராஜுக்கு. போதும். பணம், பிரச்னைகள். இரண்டும் போதும்.

ஹைதர் அலியை அழைத்தார்.

'ஹைதர், எல்லாவற்றையும் எடுத்துக்கொள். எல்லாவற்றையும் பார்த்துக்கொள்.'

'சரி.'

1782-ல் ஹைதர் அலி இறந்தபோது, மைசூரின் எல்லை பல மடங்கு அதிகரித்திருந்தது.

வடக்கில் கிருஷ்ணா நதி தொடங்கி தெற்கில் திண்டுக்கல் வரை அகண்டு விரிந்திருந்தது. தலைநகரம் ஸ்ரீ ரங்கப்பட்டணம்.

●

சித்தூருக்கு வந்து சேர்வதற்குச் சரியாக ஐந்து நாள்கள் பிடித்தன. இருநூறு மைல்கள். திப்பு சுல்தானைக் கண்டதும் விரைந்து வந்தார் பூர்ணையா. அப்படியே மண்டியிட்டு அமர்ந்தார். திப்பு அவரை விசித்திரமாகப் பார்த்தார். இதென்ன புதிய பழக்கம்? தோளைத் தொட்டு நிமிர்த்திய பின்னரே எழுந்துகொண்டார் பூர்ணையா. இருவரும் கட்டியணைத்துக்கொண்டனர்.

ஹைதர் அலியின் இறுதி நாட்களைப் பற்றிச் சுருக்கமாகச் சொன்னார் பூர்ணையா.

'உங்களுக்கு அதிர்ச்சியளிக்கக்கூடிய வேறு சில செய்திகளும் உள்ளன.'

'என்ன?'

'நம்பிக்கைத் துரோகிகள் பெருகிவிட்டார்கள். எதிரிகளைக்கூடச் சமாளித்துவிடலாம். ஆனால் கூடவே இருந்து குழி பறிப்பவர் களை என்ன செய்வது?'

'நீங்கள் யாரைச் சொல்கிறீர்கள்?'

பூர்ணையா ஒரு பெட்டியைத் திறந்து அதிலிருந்த ஒரு காகிதத்தை எடுத்து நீட்டினார்.

'இவர்கள் அத்தனை பேருமே துரோகிகள்.'

படிக்கப் படிக்க அதிர்ச்சியாக இருந்தது திப்பு சுல்தானுக்கு. ஷீக் ஆயாஸ். இவர் மீது எத்தனை நம்பிக்கை வைத்திருந்தார் அப்பா. இப்படியுமா மோசம் செய்வார்கள்? அடுத்து, ரஸுல் கான். திப்பு சுல்தானின் பால்ய சிநேகிதன். காஜி கானின் மகன். ஹைதர் அலிக்குப் பக்க பலமாக இருந்து, தன் உயிரையும் கொடுத்து பணி யாற்றியவர் காஜி கான். அவர் மகன் துரோகியாக மாறியிருக் கிறான்.

மிக நீண்டிருந்தது அந்தப் பட்டியல். யார் யாரையெல்லாம் திப்பு நம்பியிருந்தாரோ அவர்கள் அத்தனை பேரும் ஹைதருக்கு எதிராகச் சதி செய்திருக்கிறார்கள். ஷீக் ஆயாஸிடம் கூட்டு வைத்திருக்கிறார்கள்.

'என் இதயத்தை உடைக்க வேண்டும் என்பதற்காகவே இந்தப் பட்டியலைத் தயார் செய்திருக்கிறீர்களா பூர்ணையா?'

கனத்த குரலில் பதிலளித்தார் பூர்ணையா.

'இல்லை, உங்கள் இதயத்தை இரும்பாக மாற்றவே இதைச் செய்தேன்.'

'இவர்களை என்ன செய்வதாக உத்தேசம் பூர்ணையா?'

'நீங்களே சொல்லுங்கள்.'

'ஷீக் ஆயாஸைத் தொடர்ந்து கண்காணிக்கலாம். அவன் துரோகம் ஏற்றுக்கொள்ள முடியாதது. அவன் சொல்பேச்சு கேட்டு உளவு சொன்னவர்களை விடுவித்துவிடலாம்.'

பூர்ணையா தலையசைத்தார்.

'எதிரிகளிடம் கருணை காட்டுவதில் தவறில்லை திப்பு சுல்தான். ஆனால், துரோகிகளை விட்டு வைப்பது ஆபத்தானது. யாருக் காக இரக்கம் காட்டவேண்டும் என்பதில் நீங்கள் தெளிவாக இருக்க வேண்டியது அவசியம். உங்கள் அப்பா அடிக்கடி சொல்வார். கொலைகாரனை மன்னித்துவிடலாம். ஆனால், கொலைகாரனாக மாற இருப்பவனை மன்னிக்கவே கூடாது.'

மறுநாள் காலையில் புறப்படவேண்டும். அன்று இரவு முழு வதும் உறக்கமில்லை திப்புவுக்கு. தொடங்கப்போகும் யுத்தம் மிக நீண்டதாக இருக்கும். குரூரமான கொடூரமான யுத்தமாக அது

அமையும். என் நண்பர்களை, பகைவர்களை நான் அடையாளம் காணவேண்டும். துரோகிகள் நிறைந்த உலகம். பூர்ணையா சொன்னதைப்போல் மனத்தை இரும்பாக்கிக்கொள்ள வேண்டும். அதேசமயம், துருப்பிடிக்காமல் பார்த்துக்கொள்ள வேண்டும்.

தன் இடைவாளை ஒரு முறை தொட்டுப் பார்த்துக்கொண்டார் திப்பு சுல்தான்.

●

அவர் பெயர் திப்பு மஸ்தான். அவரை மஸ்த் கலந்தர் என்றும் அழைப்பார்கள். அல்லது சச்சல் ஃபகீர் என்று. கிடைக்கும் உணவை உண்டு, கிடைத்த இடத்தில் சுருண்டு படுத்து வாழ்நாளைக் கழித்த நாடோடி சந்நியாசி. தெய்வீக சக்திகள் பொருந்தியவர் என்பதாகப் பேச்சு.

ஹைதர் அலியைவிட, ஃபக்ர் உன்னிஸாவுக்கு இந்த ஃபகீர் மீது அபரிமிதமான பக்தி. ஹைதர் அலியை அவர் மணந்து கொண்டதே ஓர் ஆண் வாரிசை உருவாக்கிக் கொடுக்கத்தான். ஆனால் இரண்டு ஆண்டுகளுக்குப் பிறகும், குழந்தை பிறக்க வில்லை. ஆக, இருக்கும் ஒரே நம்பிக்கை திப்பு மஸ்தான்தான். அவர் ஏதேனும் அற்புதங்கள் நிகழ்த்தினால்தான் உண்டு.

நேரம் கிடைக்கும்போதெல்லாம் திப்புமஸ்தான் மண்டபத் திலேயே பழியாகக் கிடந்தார் ஃபக்ர். கைகளைக் கூப்பியபடி பிதற்றிக்கொண்டிருப்பார். தயவு செய்து ஓர் ஆண் வாரிசைக் கொடுத்துவிடு. வேறு எதையும் நான் உன்னிடம் யாசிக்க மாட்டேன்.

நவம்பர் 20, 1750. திருமணம் முடிந்து ஐந்து ஆண்டுகளுக்குப் பிறகு, ஃபக்ருக்கு ஒரு ஆண் குழந்தை பிறந்தது. குழந்தை பிறப்பதற்கு முன்பே, குழந்தையின் பெயரை ஃபக்ர் முடிவு செய்துவிட்டார்.

வேறு சில முடிவுகளையும் அவர் எடுத்திருந்தார். முதல் குழந்தை இறைவன் பணிக்கு. பிறகு பிறக்கும் குழந்தைகள் நமக்கு. இப்படித்தான் ஹைதர் அலியிடமும் அவர் சொன்னார். அதற்கு ஹைதர் அலி சொன்ன பதில். 'பார்க்கலாம்.'

ஹைஹதர் அலி அந்த அறைக்குள் நுழைந்ததும் அவர்கள் மரியாதையுடன் எழுந்து நின்றனர். அவர்கள் என்றால் ஒபேதுல்லா மற்றும் கோவர்தன் பண்டிட். பிரபலமான மத ஆசிரியர்கள். ஒருவர் இஸ்லாமிய மௌல்வி. மற்றொருவர் இந்துப் பண்டிதர்.

'வகுப்புகள் எப்படி சென்றுகொண்டிருக்கிறது?'

கோவர்தன் பண்டிட் புன்னகை செய்தார்.

'மிக நன்றாக. உங்கள் மகன் ஆர்வத்துடன் கதை கேட்கிறான். சொல்லிக்கொடுப்பதை நன்றாக நினைவில் வைத்துக்கொள்கிறான்.'

ஹைதர் அலி பெருமூச்சு விட்டார்.

'கவனம். திப்புவின் மனம் முழுக்க இறைவன் இடம்பெற்றிருக்க வேண்டும். இறைவன் மட்டுமே. வேறு எதைப் பற்றியும் அவன் சிந்திக்கக்கூடாது.'

'புரிந்தது.'

அந்த அறையின் நடுவே அவர்களுக்கு முதுகு காட்டியபடி அமர்ந்திருந்தான் திப்பு சுல்தான். இவர்கள் பேசுவதை அவன் கவனித்ததாகத் தெரியவில்லை.

ஒபேதுல்லா குறுக்கிட்டார்.

'பிற குழந்தைகளைப்போல் இல்லை இவன்.'

'எப்படிச் சொல்கிறீர்கள்?'

'அன்றொரு நாள் ஓட்டப்பந்தயப் போட்டி அறிவித்திருந்தோம். முதலில் வந்தவன் திப்புதான். எல்லோரும் அவனைப் பாராட்டினார்கள். பிற குழந்தைகள் உற்சாகமாகக் கத்த ஆரம்பித்துவிட்டார்கள். ஆனால் திப்பு அமைதியாகவே இருந்தான். தவிரவும், முதலிடத்தைப் பிடித்தபிறகும்கூட, அவன் இடத்தை விட்டு நகரவில்லை. பிற குழந்தைகள் ஓடிவரும் வரை பொறுமையுடன் காத்திருந்தான்.'

சிறிது நேரம் அங்கேயே நின்றார் ஹைதர் அலி. பிறகு, வெளியேறிவிட்டார்.

நேராக ஃபக்ர் உன்னிஸாவிடம் சென்றார்.

'திப்பு விஷயத்தில் நாம் நடந்துகொள்வது சரிதானா?'

'உங்களுக்கு ஏன் எப்போதும் இந்தச் சந்தேகம்? இது இறைவனின் கட்டளையல்லவா? இறைப்பணிக்காக நேர்ந்துவிடப் போகிறோம் என்று தெரிந்துதானே அவனை வளர்க்க ஆரம்பித்தோம்? அதற்கான பயிற்சிகளைத்தானே அவன் எடுத்துக் கொள்கிறான்?'

'ம், சரிதான்.'

ஹைதர் அலிக்கு இறை நம்பிக்கை இருந்தது. இஸ்லாம் என்றில்லை. எல்லா மதத்தின் மீதும் அவருக்கு நம்பிக்கை இருந்தது. எல்லா மதக் கடவுள்களையும் அவர் மதித்தார்.

அதனால்தான் மௌலவியை மட்டும் வைத்துக்கொள்ளாமல் கூடவே ஓர் இந்துப் பண்டிதரையும் சம்பளம் கொடுத்து வீட்டோடு தங்க வைத்திருந்தார். திப்புவுக்குப் பாடம் சொல்லிக் கொடுக்க.

ஹைதர் அலியின் இருப்பிடத்தில் ஓர் இந்து மத ஆசிரியர் தங்கியிருக்கிறார் என்று தெரிந்ததுமே நண்பர்கள் முகம்சுளிக்க ஆரம்பித்துவிட்டனர். ஹைதர் அலியை அழைத்து, அருகில் உட்கார வைத்துப் பேசினார்கள். உனக்கு ஏன் இந்த வேண்டாத வேலை? இஸ்லாத்தில் இல்லாததா மற்ற மதங்களில் இருந்து விடப்போகிறது? இஸ்லாம் போதிக்காத தத்துவங்களா? இஸ்லாத்தில் இல்லாத வாழ்வியல் சிந்தனைகளா, போதனைகளா? சிறிய குழந்தை. அநாவசியமாக அவன் மனத்தில் நஞ்சைக் கலக்காதே. உன் நல்லதுக்காகத்தான் சொல்கிறோம்.

ஹைதர் அலி கேட்கவில்லை. இஸ்லாம் இறையியல் மட்டும் போதும் என்றால் இந்து மதம் எதற்காகத் தோற்றுவிக்கப்பட்டது? இறைவன் ஒருவரே என்றால் இந்துக்கள் யாரை வழிபடுகிறார்கள்? அவர்களது இறைவன் யார்? இதைத் தெரிந்துகொள்வதில் தவறு ஏது?

பெரும்பாலும் கதைகளே போதிக்கப்பட்டன. இதிகாசங்கள், புராணங்கள், மலைகள், நதிகள், ஆறுகளைப் பற்றிய விசித்திர, விநோதக் கதைகள். அசோகரின் வரலாறு. அக்பர் போரைத் துறந்து அமைதியை நாடிய கதை. ('ஆம் திப்பு சுல்தான், போருக்கும் சண்டைக்கும் ஆசைப்படாதே. இறைவனை நேசி. அவர் அன்பு மட்டுமே நிரந்தரமானது.') பிறகு, காளிதாஸரின் சமஸ்கிருதப்

பாடல்கள். கபீரின் சிந்தனைகள். ('இந்துக்கள், இஸ்லாமியர்கள் இருவரும் சகோதரத்துவத்துடன் இருக்கவேண்டும். எந்த மதமும் எந்த மதத்தையும்விடத் தாழ்வானது கிடையாது.') முகம்மது, இயேசு, ராமர், புத்தர். பதஞ்சலி யோகம், பகவத் கீதை, ராமா யணம், குர் ஆன் அத்தனையும், அத்தனையும்.

●

ஹைதர் அலியின் இரண்டாவது குழந்தை கரீம் திடீரென்று காய்ச்சலில் விழுந்தான். தெரிந்த வைத்தியர்கள் அத்தனை பேரும் வந்து பார்த்துவிட்டார்கள். விதவிதமான மூலிகைகளை, வகை வகையான கஷாயங்களைக் கொடுத்து ஓய்ந்துவிட்டார் கள். என்ன வியாதி என்றே தெரியவில்லை. நன்றாக இருப்பான். திடீரென்று கை, கால்கள் நடுங்க ஆரம்பித்துவிடும். விட்டு விட்டு காய்ச்சல் அடிக்கும். சிறு சத்தம் கேட்டாலே உயிர் போகும் அளவுக்கு அலறுவான்.

ஹைதர் அலிக்கு அப்போதுதான் அந்தச் சந்தேகம் பிறந்தது. இறைவன் அன்பானவர் எனில் எனக்கு ஏன் இந்தச் சோதனை? என் குழந்தைக்கு என்ன ஆகிவிட்டது? ஏன் அவன் துன்பப் படுகிறான்? கொடுத்த வாக்குப்படி திப்பு சுல்தானை இறை பணிக்காக அர்ப்பணித்துவிட்டேன். இரண்டாவது குழந்தை ஒரு சிறந்த வீரனாக வரவேண்டும். அதுதான் என் ஆசை. ஆனால், என்னுடைய ஆசையை இறைவன் உதாசீனம் செய்துவிட்டார். என் குழந்தையை இம்சிக்கிறார். நான் மட்டும் ஏன் இறைவன் மீது அன்பு செலுத்தவேண்டும்?

விறுவிறுவென்று நடந்தார்.

ஆசிரியர்கள் எழுந்து நின்றனர்.

'உங்கள் இருவருடைய வேலையும் இன்றோடு முடிவுக்கு வருகிறது. இதுவரை தாங்கள் சொல்லிக்கொடுத்த பாடங்களுக்கு நன்றி. இன்று மாலைக்குள் உங்களுக்குத் தக்க விதத்தில் மரியாதை செய்யப்படும். இனி நீங்கள் கிளம்பலாம்.'

திப்பு சுல்தான் எழுந்து நின்றான்.

தன் இடைவாளை எடுத்து அவன் கையில் வைத்து அழுத்தினார் ஹைதர் அலி.

3

திப்புவின் வாள்

இப்படித் தோன்றியது திப்புவுக்கு. வாளைச் சுழற்றிப் போரிட்டு பெரிதாக அப்படி என்ன சாதித்துவிடப்போகிறேன்? யாரிடம் போரிடவேண்டும் நான்? என் எதிரிகள் யார்? அவர்களை வீழ்த்திவிட்டால் போர் முடிவுக்கு வந்துவிடுமா? வேண்டாம். வேண்டிய மட்டும் ரத்தத்தைப் பார்த்தாகிவிட்டது. குருதிக் கடலில் குளித்து முடித்தாகிவிட்டது. போதும் இந்த மிருகத்தனம்.

எதிரிகள் மேலும் மேலும் பெருகிக் கொண்டேதான் இருப்பார்கள். மராத்தியர் கள், நிஜாம்கள், ஆங்கிலேயர்கள். நூற்றுக் கணக்கில், ஆயிரக்கணக்கில் அவர்கள் பெருகிக்கொண்டிருப்பார்கள். எத்தனை ஆயிரம் கைகள் இருந்தாலும் அவர்களை அடக்கிவிட முடியாது. வெட்ட வெட்ட முளைக்கும் முட்புதர்கள்.

அப்பா எனக்காகத் தேர்ந்தெடுத்த முதல் பாதையே சரியானது.

வாளைத் தூக்கி எறிந்துவிட்டு, புத்தகங்களைக் கையில் எடுத்துக் கொள்ள முடிந்தால் எவ்வளவு நன்றாக இருக்கும்? என் மனைவி, குழந்தைகள் இவர்களுடைய ஏகாந்தமான உலகில் பங் கெடுத்துக்கொள்ள முடிந்தால் எப்படி இருக்கும்?

ஓவியங்கள் தீட்டி எத்தனையோ காலம் ஆகிவிட்டது. மைசூரின் அழகை, ரம்மியமான இயற்கையை, மரம், செடி, கொடிகளை மெய் மறந்து தீட்டிக்கொண்டே இருக்கலாம். ஆ, வண்ணங் களில்கூட சிவப்பு வேண்டாம். ரத்தத்தை நினைவுபடுத்தும் எதுவுமே வேண்டாம்.

அதிகாலை பூர்ணையா வந்து சேர்ந்தார்.

'திப்பு சுல்தான், நாம் கிளம்ப வேண்டும்.'

'அதற்கு முன்னால் உங்களிடம் பேசவேண்டும் பூர்ணையா!'

'சொல்லுங்கள்.'

'எல்லாவற்றையும் ஒரு முடிவுக்குக் கொண்டு வர முடியுமா என்று யோசித்துக்கொண்டிருக்கிறேன்.'

பூர்ணையா அமைதியாக இருந்தார்.

'ஆட்சி, அதிகாரம் எல்லாவற்றையும் துறந்துவிட்டு, நிம்மதியாக எங்காவது போய்விடலாம் போல் தோன்றுகிறது.'

'அது உங்களால் முடியாது திப்பு சுல்தான், நீங்கள் நினைத் தாலும் உங்களால் அதைச் செய்யமுடியாது. உங்களுடைய கடமைகளை நீங்கள் நிறைவேற்றியே ஆகவேண்டிய சூழலில் இருக்கிறீர்கள்.'

'கடமைகள். என் குடும்பத்துக்கும்கூட அல்லவா நான் கடமைப் பட்டிருக்கிறேன். அவர்களைக் காப்பாற்ற வேண்டியதும்கூட என் கடமைதானே?'

'ஆம், ஆனால் உங்கள் குடும்பத்தைவிட, மக்கள் முக்கியமான வர்கள். உங்கள் தனிப்பட்ட முடிவுகளை மாற்றியமைக்கும் சக்தி என்னிடம் இல்லை. ஆனால் ஒன்று மட்டும் சொல்கிறேன். ஆங்கிலேயர்களை வேரோடு வீழ்த்தும்வரை, யாராலும் நிம்மதியாக இருக்க முடியாது.'

ஆங்கிலேயர்களை ஹிந்துஸ்தானத்துக்கு அழைத்து வந்தது ஒரு கப்பல். அந்தக் கப்பலில் இருந்துதான் எல்லாம் தொடங்குகிறது. அடக்குமுறை, எதேச்சாதிகாரம், கொடுமை, குரூரம் அத்தனை யும்.

அது ஒரு போர்த்துக்கீசிய கப்பல். 1592-ல் அந்தக் கப்பலை லண்டனில் மடக்கிப் பிடித்தது பிரிட்டன். கிழக்கிலிருந்து வருகிறோம் என்றார்கள். சும்மா வியாபாரம் செய்ய போனார் களாம். ஏதோ கொஞ்சம் லாபம் கிடைத்ததாம். அதைத்தான் வீட்டுக்குக் கொண்டு போகிறார்களாம். சரி, வா பார்த்துவிடு வோம் என்று உள்ளே குதித்துப் பார்த்த அதிகாரிகள் வாய்பிளந்து அப்படியே நின்று விட்டார்கள்.

பளபளக்கும் ஆபரணங்கள், விலை மதிப்பற்ற கற்கள், யானைத் தந்தங்கள், அழகு கைவினைப் பொருள்கள் என்று ஒரு குட்டி அரண்மனையே உள்ளே தூங்கிக்கொண்டிருந்தது.

ஆச்சரியத்திலிருந்து மீண்ட பிரிட்டன், யோசிக்க ஆரம்பித்தது. சும்மா ஊர் சுற்றப் போன போர்த்துக்கீசியர்களுக்கு இத்தனை பெரிய புதையல் கிடைத்திருக்கிறது. எனில் இதையே ஒரு தொழிலாக ஆக்கிக்கொண்டால்? பிரிட்டனிடம் இல்லாத கப்பல்களா? பிரிட்டனிடம் இல்லாத படை பலமா? ஆள் பலமா? அவர்களால் ஒரு கப்பல் புதையலைக் கொண்டு வர முடி யும் என்றால் பிரிட்டனால் ஆயிரம் கப்பல்களை ஒரே நேரத்தில் அனுப்பி அத்தனை செல்வங்களையும் அள்ளி வர முடியும்.

தனி நபர்களை அனுப்பிப் பிரயோஜனமில்லை. நிரந்தரமாக அங்கே கால் ஊன்ற வேண்டும். அதற்கு ஒரு கம்பெனி தேவை. அங்கேயே கூடாரம் போட்டு உட்கார்ந்து வேலை செய்ய வேண்டும். இங்கிலாந்தில் உற்பத்தியாகும் வகை வகையான பொருள்களை விற்பதற்கு புதிய, பெரிய சந்தைகளை உருவாக்க வேண்டும். இங்கிலாந்தில் கிடைக்காத பொருள்களைக் குறைந்த விலைக்குக் கொள்முதல் செய்யவேண்டும்.

பிரிட்டன் கிழக்கிந்திய கம்பெனி உருவாக்கப்பட்டது. கிளம் பலாம் என்று பச்சைக் கொடி காட்டி, கம்பெனி ஆள்களை அனுப்பி வைத்தார் எலிஸபெத் மகாராணி.

ஹிந்துஸ்தான் அப்போது முகலாயர்களின் கோட்டையாக இருந்தது. ஆட்சியில் இருந்தவர் ஜஹாங்கீர். பாபர், அக்பர்

போன்ற முந்தைய முகலாய சக்கரவர்த்திகள் இருந்தவரை, இது போன்ற வர்த்தகங்கள் அதிகம் நடைபெற்றதில்லை. ஜஹாங்கீர் ஆட்சிக்கு வந்த பிறகு, வெளிநாட்டுத் தலைகளின் நடமாட்டம் ஹிந்துஸ்தானில் அதிகரிக்க ஆரம்பித்துவிட்டது. மன்னரைப் பார்க்க வேண்டும் அவரிடம் பேசவேண்டும் என்று சொல்லி, பல் வேறு மூலைகளிலிருந்தும் பலர் திரண்டனர். டச்சுக்காரர்கள் வந்தார்கள். பிறகு, போர்த்துக்கீசியர்கள். இப்போது, பிரிட்டன்.

கிழக்கிந்திய கம்பெனியின் சார்பில் ஹிந்துஸ்தானில் கால் பதித்த முதல் அதிகாரி கேப்டன் வில்லியம் ஹாக்கின்ஸ் (Captain William Hawkins). ஜஹாங்கீர் ஆக்ராவில் இருக்கிறார் என்பதைத் தெரிந்து கொண்டு அங்கே சென்றார் ஹாக்கின்ஸ். அவரைக் கவர்வதற் காக, ஏராளமான பரிசுப்பொருள்களை தன்னுடன் எடுத்து வைத் திருந்தார். ஆனால், வழியிலேயே அவை களவாடப்பட்டன.

ஜஹாங்கீரைச் சந்திக்கும்போது, கிட்டத்தட்ட வெறுங்கையோடு தான் இருந்தார் ஹாக்கின்ஸ். ஆனால், ஜஹாங்கீர் ராஜ மரியாதை யுடன் ஹாக்கின்ஸை வரவேற்றார். எத்தனை காலம் வேண்டு மானாலும் தன் அரண்மனையில் தங்கிக்கொள்ளலாம் என்றார் ஜஹாங்கீர். ஹாக்கின்ஸ் இதைச் சற்றும் எதிர்பார்க்கவில்லை.

கிழக்கிந்திய கம்பெனி என்றவுடன் ஜஹாங்கீர் கதவைத் திறந்து விட்டதன் காரணம், அவர்களிடமிருந்த கப்பல். கடல் வழி பயணத்தில், வர்த்தகத்தில் பலம் பெற விரும்பிய ஜஹாங்கீர் பிரிட்டானிய கப்பல்களால் கவரப்பட்டார்.

ஹாக்கின்ஸுக்கு ஒரு கிறிஸ்துவப் பெண்ணையும் மணம் முடித்து, அரண்மனையிலேயே அவர்களைத் தங்கவும் வைத்தார் ஜஹாங்கீர். படாடோபமான வசதிகள். சொடக்குப் போட்டுக் கூப்பிட்டால் ஓடி வர நூறு பணியாள்கள். பணிப்பெண்களும்தான். ஹாக்கின்ஸ் தான் வந்த வேலையை மறக்கவில்லை. எப்போது ஒப்பந்தம் செய்துகொள்ளலாம், எப்போது எங்களுக்கு வர்த்தக உரிமைகள் அளிக்கப்போகிறீர்கள் என்று கேட்க ஆரம்பித்தார். சரி, என்று ஜஹாங்கீர் தலையசைப்பதற்குள் ஹாக்கின்ஸ் அரண் மனையைவிட்டு வெளியேற வேண்டியிருந்தது. பின்னணியில் போர்த்துக்கீசியர்களின் சதி. அநாவசியமாக பிரிட்டனை உள்ளே அனுமதிக்க அவர்கள் விரும்பவில்லை.

சர் தாமஸ் ரோ (Sir Thomas Roe). கிழக்கிந்திய கம்பெனி அனுப்பி வைத்த அடுத்த பிரதிநிதி இவர். செல்வாக்குள்ள சீமான். 1615-ம்

ஆண்டு இவர் ஹிந்துஸ்தான் வந்து சேர்ந்தார். ஜஹாங்கீரைச் சந்தித்தார். ஹாக்கின்ஸுக்கு அளிக்கப்பட்ட அதே மரியாதையை இவருக்கும் அளித்தார் ஜஹாங்கீர். தான் பயணம் செய்த இடங்களுக்கெல்லாம் ரோவையும் உடன் அழைத்துச் சென்றார். கௌரவப்படுத்தினார்.

ஜஹாங்கீருடன் பேசினார் தாமஸ் ரோ. அன்புள்ள முகலாய மன்னா, உங்களுக்குக் கோடி வந்தனங்கள். வங்காளத்தின் ஒரு மூலையில் தொழில் தொடங்க அனுமதி கொடுங்கள். உங்கள் பொருளாதாரத்தை மேலும் வளமாக்குவோம். தப்புத் தண்டா செய்ய மாட்டோம். நாங்கள் உண்டு வேலை உண்டு என்று கிடப்போம்.

ஹாக்கின்ஸால் சாதிக்க முடியாததை ரோ சாதித்துக் காட்டினார். ஹிந்துஸ்தான் முழுவதும் வர்த்தகம் செய்ய கிழக்கிந்திய கம்பெனிக்கு அனுமதியும் அளித்தார் ஜஹாங்கீர். முகலாய ஆட்சிக்கு உட்பட்ட அனைத்துப் பிரதேசங்களிலும் (இந்தியா மற்றும் இப்போதைய ஆப்கனிஸ்தான்) ஆங்கிலேயர்கள் எப்போது வேண்டுமானாலும் வந்து போகலாம். பருப்பு வாங்கலாம், மிளகாய் வாங்கலாம், முத்து மணிமாலை வாங்கலாம். அதேபோல், இங்கிலாந்தில் இருந்து எதை வேண்டுமானாலும் கப்பல் மூலமாக இந்தியாவுக்குக் கொண்டு வரலாம். விற்கலாம். சம்பாதித்துக் கொள்ளலாம். போரடித்தால் மான், புலி, யானை, பெண்கள் என்று வேட்டையாடலாம். சகல மரியாதைகளும் அவர்களுக்கு வழங்கப்படும். முகலாய அரசின் நண்பர்களாக அவர்கள் நடத்தப்படுவார்கள்.

போதாது?

வலது காலை எடுத்து வைத்து உள்ளே நுழைந்தது கிழக்கிந்திய கம்பெனி. துரைமார்கள் சுருட்டுப் பிடித்துக்கொண்டே இந்தியாவை வலம் வந்தார்கள். நினைத்த இடத்தில் கூடாரம் அடித்து தங்கினார்கள். யானைகளை மோதவிட்டு வேடிக்கை பார்த்தார்கள். காலை நீட்டி அமர்ந்துகொண்டு வேலை வாங்கினார்கள்.

பார்க்கும் இடத்தை வளைத்துப் போட்டுக்கொண்டார்கள். வறுகடலை சாப்பிட்டுக்கொண்டே வீடு கட்டுவதற்கு பிளான் போட்டார்கள். வீடு அல்ல, பங்களா. விளையாட்டு மைதானம் போல் வரவேற்பறை. குறைந்தது ஆறு தனி அறைகள். இரண்டு

அல்லது மூன்று குளியலறைகள். சுழல் படிக்கட்டுகள். தேக்கு மர வேலைபாடுகள். பளபளக்கும் கனமான நாற்காலிகள், மேஜைகள், அலங்கார கைவினைப் பொருள்கள்.

இதே வீட்டை இங்கிலாந்தில் கட்டவேண்டும் என்றால் பை பையாகப் பவுண்டுகளைக் கொட்டவேண்டியிருக்கும். வேலை செய்யும் ஆள்களுக்குச் சம்பளம் கொடுத்து கட்டுப்படியாகாது. இந்தியா அருமையான தேசம். அருமையான மக்கள். கூப்பிட்ட குரலுக்கு ஓடி வர ஆள்கள் பிஸ்கெட்டுக்குச் செலவு செய்யும் பணத்தைக் கொடுத்தால் போதும், மகிழ்ச்சியுடன் வாங்கிக் கொள்கிறார்கள். சூரியன் உதிப்பதற்கு முன்னால் வேலையை ஆரம்பிக்கிறார்கள். சில சமயம் நள்ளிரவு வரைகூட, அசராமல் வேலை செய்கிறார்கள்.

ஆ, வேலையும் படு சுத்தம். இந்தியா ஒரு முன்னேறாத தேசமாக இருந்தாலும், இந்தியர்கள் தனித்தனியே திறமைசாலிகளாகத் தான் இருக்கிறார்கள். ஜஹாங்கீரின் கூடாரம் ஒன்று போதும். எத்தனை திறமையான ஏற்பாடு. அதை யாராவது கூடாரம் என்று சொல்ல முடியுமா? இங்கிலாந்து மகாராணியின் அரண்மனை யில் இல்லாத வசதிகளும்கூட இங்கே சர்வசாதாரணமாகக் கிடைக்கின்றன.

ஜஹாங்கீர் ஓர் இடத்துக்குச் செல்கிறார் என்றால் பத்து, பதினைந்து நாள்களுக்கு முன்னாலேயே ஒரு சிறு படை அந்த இடத்துக்குச் சென்று, கூடாரம் அமைக்க ஆரம்பித்துவிடும். ஜஹாங்கீர் வருவதற்குள் அங்கே ஓர் அரண்மனை உருவாகி விடும். ஆம், மெய்யாகவே அது ஓர் அரண்மனைதான்.

ஜஹாங்கீர் அளவுக்கு வேண்டாம். இருக்க ஓர் இடம், கொஞ்சம் வசதியாக வாழ. கடல் அளவு பெரிய தேசத்தில், மிளகு அளவு நிலம் எடுத்தால் ஒன்றும் குறைந்துவிடாது. இல்லையா? தவிரவும், புரியாத புது தேசத்தில் உட்கார்ந்து வர்த்தகம் செய்வது என்றால் சும்மாவா?

எங்கே விட்டோம்? ஆங் இந்தியர்கள். மிகவும் திறமைசாலிகள். சந்தேகமேயில்லை. ஆனால், மிகவும் பின்தங்கியே இருக்கிறார் கள். அடிப்படை வசதிகள்கூட இல்லாமல் வாழ்கிறார்கள். ஒரு வகையில் இது லாபம்தான். அவர்களைச் சரியாகப் பயன்படுத்திக் கொள்ளவேண்டும். இவர்களை வைத்து இன்னும் பல காரியங் களைச் சாதித்துக்கொள்ளவேண்டும்.

அவகாசம் இருக்கிறது. பொறுமையுடன் காத்திருப்போம். சாதிப்போம்.

•

இந்தியா முழுவதும் தனது கிளைகளைப் பரப்பும் முயற்சியில் சுறுசுறுப்புடன் ஈடுபட ஆரம்பித்தது கிழக்கிந்திய கம்பெனி. ஊகிக்கவே முடியாத அளவுக்கு இருந்தது இந்தியாவின் பிரம் மாண்டம். வர்த்தகம் செய்ய இதைவிடச் சிறந்த தேசம் உலகில் இருக்க முடியாது. என்ன? வசதிகள்தான் இல்லை. பரவா யில்லை. ஒரு முதலீடுபோல் நினைத்து, அடித்தளத்தை உரு வாக்கிவிடவேண்டியதுதான். பிறகு, உட்கார்ந்து அனுபவித் தால் போதும்.

எங்கும் பிரிட்டன். எதிலும் பிரிட்டன். இந்தியர்கள் இருந்து விட்டுப் போகட்டும். அவர்கள் நிலம். ஆனால், அவர்களுக்கு அடுத்தபடியாக, வெள்ளைக்காரர்கள்தான் பெரும்பான்மையாக இருக்கவேண்டும். டச்சு, பிச்சு என்று எந்த நாடும் வர்த்தகத்தில் போட்டிப்போடக் கூடாது. முதல் காரியமாக, போர்த்துக்கீசியரை அடித்தே வீழ்த்தினார்கள்.

வர்த்தகம் தொடங்கியது. பெரும்பாலும் சில்க் மற்றும் பஞ்சுத் துணிகள் மற்றும் தேயிலை.

கோவா, சூரத், சிட்டகாங், பம்பாய். 1634-ல் பெங்கால். செல்லும் இடமெல்லாம் முகலாய அரசு ரத்தினக் கம்பளம் விரித்து வரவேற்றது. சலுகைகள் வாரி இறைக்கப்பட்டன. அரசாங்க வரிகள் செலுத்தவேண்டும். சுங்க வரிகள் கிடையாது. எதிர்த்துக் கேள்வி கேட்க யாரும் கிடையாது.

•

1670-ல் இங்கிலாந்து மன்னர் இரண்டாம் சார்லஸ் கிழக்கிந்திய கம்பெனியின் அதிகாரத்தை மேலும் விரிவுப்படுத்தினார்.

அன்புள்ள கிழக்கிந்திய கம்பெனிக்கு மன்னர் எழுதிக்கொண்ட மடல்.

வர்த்தகம் செய்ய மட்டுமல்ல. வளமான புதிய பிரதேசங்களையும் இனி நீங்கள் கையகப்படுத்தலாம். தயக்கமே வேண்டாம். அரச ருக்குக் கடிதம் எழுதிப்போட்டுவிட்டு பதிலுக்காகக் காத்திருக்க

வேண்டியதில்லை. சூரத் பிடித்திருக்கிறதா, வளைத்துப் போடுங்
கள். கோவா நன்றாக இருக்கிறதா? மடக்குங்கள்.

யாருடன் வேண்டுமானாலும் கூட்டுச் சேரலாம். யாரை வேண்டு
மானாலும் எதிர்க்கலாம். எதிரிகள் இருக்கிறார்களா? போரிடுங்
கள். வீழ்த்துங்கள். அவர்கள் உடைமைகளை அபகரியுங்கள்.
ஜெர்மனி, போர்த்துக்கீஸ், டச்சு, பிச்சு என்று எந்த நாடாக இருந்
தாலும் சரி. போட்டியாளர்களே வேண்டாம்.

தனிப் படைகளை உருவாக்கிக்கொள்ளுங்கள். ஆயுதங்கள் குறை
வில்லாமல் இருக்கட்டும். செலவு அதிகமாகுமே என்று தயங்க
வேண்டாம். பணம் அச்சடிக்கும் ஆபீஸை அங்கேயே திறந்து
கொள்ளுங்கள்.

நீங்கள்தான் நீதிமன்றம். நீங்கள்தான் நீதிபதி. சட்டம் இயற்றும்
உரிமை உங்களுக்கு உண்டு. கிரிமினல் சட்டமாக இருந்தாலும்
சரி, சிவில் சட்டமாக இருந்தாலும் சரி.

வேறு ஏதாவது வேண்டுமா? கடிதம் எழுதிப்போடுங்கள்.

கையொப்பம்.

ஒரு வர்த்தக கம்பெனியாக உள்ளே நுழைந்த கிழக்கிந்திய
கம்பெனி, 1689 முதல் பிரிட்டனின் மற்றொரு கிளை அரசாங்க
மாகவே மாறியது. வங்காளம், பம்பாய், மெட்ராஸ் போன்ற
பகுதிகள் கிழக்கிந்திய கம்பெனியின் நேரடி ஆட்சியின் கீழ் வந்து
சேர்ந்தன.

●

ஜஹாங்கீருக்குப் பிறகு, ஆட்சிக்கு வந்தவர் ஒளரங்கசீப். ஒளரங்க
சீப்பின் கனவு முகலாய சாம்ராஜ்ஜியத்தை விரிவுபடுத்துவது.
புதிய படையெடுப்புகளின் மூலம் எல்லையை விஸ்தரிப்பது.
ஒன்றுபட்ட மகத்தான தேசம் ஒன்றை உருவாக்குவது. எல்லா
ராஜாவுக்கும் உள்ள கனவு.

நினைத்ததை எல்லாம் செய்து காட்டினார் ஒளரங்கசீப். அதே
சமயம், புதிது புதிதாகப் பல நிர்வாகச் சிக்கல்கள் முளைத்தன.
நீண்டு வளர்ந்திருந்த ஹிந்துஸ்தானை ஒரு குடையின் கீழ்
ஆள்வது அத்தனை சுலபமானதாக இருக்கவில்லை. தேசத்தைப்
பாதுகாப்பதே பெரும் பிரச்னையாக இருந்தது.

ஔரங்கசீப்பின் மரணத்துக்குப் பிறகு (1707-ம் ஆண்டு) பெரும் சரிவு ஏற்பட்டது. உள்நாட்டுக் கலவரங்கள் ஆங்காங்கே வெடித்தன. அவருக்குப் பிறகு, முகலாய அரசு சரிய ஆரம்பித்தது. வேறு வழியின்றி, பிரிட்டனின் உதவியை நாடியது. வர்த்தகம் செய்து கொள்ள அனுமதி அளிக்கிறோம். பதிலுக்கு, நீங்கள் பாதுகாப்பு உதவிகள் செய்யவேண்டும். சரியா?

சரி என்றது பிரிட்டன்.

முகலாயப் பேரரசின் வீழ்ச்சி இந்தப் புள்ளியில் இருந்து தொடங்குகிறது. கிழக்கிந்திய கம்பெனியின் எழுச்சி தொடங்குவதும் இந்தப் புள்ளியில்தான்.

•

முகலாயர்கள் சிறிது சிறிதாகத் தங்களது அதிகாரத்தை இழக்க ஆரம்பித்தார்கள். தேசம் அவர்கள் கைகளை விட்டு நழுவியது. முழுக்க முழுக்க பிரிட்டனையே நம்பியிருக்க வேண்டிய நிலை.

அதுவரை வர்த்தகம் செய்வது மட்டும்தான் கிழக்கிந்திய கம்பெனியின் நோக்கம். ஆனால், முகலாய அரசின் வீழ்ச்சியை நேரில் காணக் காண வேறுவிதமாகச் சிந்திக்க ஆரம்பித்துவிட்டனர். இதை ஏன் நாம் ஒரு வாய்ப்பாக எடுத்துக்கொள்ளக்கூடாது?

கிட்டத்தட்ட கூலிப்படையாக மாறியது கிழக்கிந்திய கம்பெனி. ஆயிரம் வீரர்கள் வேண்டும் என்று கேட்டால் ஆயிரம் வீரர்களை அனுப்பினார்கள். தளபதி என்றால் தளபதி. உயர் அதிகாரிகள் வேண்டும் என்றால் உயர் அதிகாரிகள். சம்பளத்துக்குத்தான். தலைக்கு இவ்வளவு. இப்போதே தரவேண்டும் என்பதில்லை. முடியும்போது கொடுங்கள். என்னதான் இருந்தாலும், முகலாயர்கள் இல்லாவிட்டால் நாங்கள் இல்லை.

இவ்வளவு உத்தமமானவர்களாக இருக்கிறார்களே என்று வியந்த முகலாய அரசு, பிரிட்டன் வீரர்களைத் தேடிப் பிடித்து பணியில் அமர்த்திக்கொண்டார்கள். ஒரு கட்டத்தில், எங்கு திரும்பினாலும் பிரிட்டன் வீரர்களே இருக்கும்படி ஆகிப்போனது. இது பிரிட்டனா அல்லது இந்தியாவா என்று சந்தேகம் கொள்ளும் அளவுக்கு வெள்ளைக்காரர்கள் அதிகரித்துப் போனார்கள். பாதுகாப்பு ஏற்பாடுகளுக்கான தொகையை கிழக்கிந்திய கம்பெனிக்கு முகலாய அரசால் சரிவரக் கொடுக்க முடியவில்லை. திண்டாடிப் போனார்கள்.

கிழக்கிந்திய கம்பெனி எதிர்பார்த்தது இதைத்தான்.

ஆக்ரா, அகமதாபாத், சூரத், பிறகு கல்கத்தாவிலுள்ள ஹூக்ளி நதிக்கரை. கிழக்கிந்திய கம்பெனி தனது கூடாரத்தைப் பெரிது படுத்திக்கொண்டே போனது. மெட்ராஸில் உள்ள ஒரு இந்து ராஜாவின் ஒப்புதலுடன் செயிண்ட் ஜார்ஜ் கோட்டையைக் கட்டி முடித்தார்கள். *1647*-ல் கணக்கெடுத்தபோது, கிழக்கிந்திய கம்பெனிக்குச் சொந்தமாக மொத்தம் இருபத்தேழு தொழிற் சாலைகள் வளர்ந்திருந்தன.

முகலாயர்களால் இனி பிரச்னை இல்லை. கிட்டத்தட்ட பல் பிடுங்கப்பட்ட பாம்புகளாக மாறிவிட்டார்கள். அதைச் செய், இதைச் செய்யாதே என்று அதிகாரம் செலுத்தும் உரிமை இனி அவர்களுக்கு இல்லை. இஷ்டப்படி என்ன வேண்டுமானாலும் செய்து கொள்ளலாம். எதிர்த்துக் கேட்க நாதியில்லை. தொழில் முறை போட்டியாளர்கள் என்று பார்த்தால் போர்த்துக்கீசியர்கள். அவர்களை மட்டும் ஒழித்துக்கட்ட முடிந்தால், புண்ணியமாகப் போகும்.

கூடிய விரைவில், அதற்கான வாய்ப்பும் கிடைத்தது. *1665*-ல் போர்த்துக்கீசிய மன்னரின் தங்கையை இரண்டாம் சார்லஸ் மணந்துகொண்டார். பெரிய வீட்டுச் சம்பந்தம் என்பதால் பெரிய மொய்யாகக் கொடுக்க நினைத்த போர்த்துக்கீசிய ராஜா, தனது புதிய மாப்பிள்ளைக்குச் சீதனமாக, பம்பாயை அப்படியே அள்ளிக் கொடுத்தார்.

என்ன செய்வதென்று தெரியாமல் மூன்று ஆண்டுகள் பம்பாயை சும்மாவே வைத்திருந்த சார்லஸ், இறுதியில் அதைக் கிழக்கிந் திய கம்பெனிக்குத் தாரை வார்த்துக் கொடுத்தார். ஒரு ஒப்பந்த மும் செய்துகொண்டார். வருடத்துக்குப் பத்து பவுண்ட். சகாய விலையில் பம்பாய்.

இருபதே ஆண்டுகளில் ஒரு முக்கிய வர்த்தக நகரமாக பம்பாய் ஜொலிக்க ஆரம்பித்தது. அதேசமயம், பிரெஞ்சு கிழக்கிந்திய கம்பெனியும் இந்தியாவுக்குள் மூக்கை நீட்டியது. *1674*-ம் ஆண்டு பாண்டிச்சேரி பிரெஞ்சு வசமானது.

இந்தியாவைப் பங்கு போடும் போட்டி தொடங்கியது. ஒரு பக்கம் கிழக்கிந்திய கம்பெனி. மற்றொரு பக்கம் ஃபிரான்ஸ். மூன்றாவதாக, டச்சு.

எனக்கு எனக்கு என்று அரக்கப்பரக்க ஓடிவந்தது ஜெர்மனி. இது நடந்தது 1717-ம் ஆண்டு. வர்த்தகத் தேவைகளுக்காக ஒரு கப்பலை இந்தியாவுக்கு அனுப்பி வைத்தது ஜெர்மனி. கொள்ளை லாபத்துடன் அந்தக் கப்பல் திரும்பி வந்தது. அப்படியே வாய் பிளந்து நின்றுவிட்டார் ஆறாம் கார்ல் மன்னர். ஒரே ஒரு முறை கால் வைத்துத் திரும்பியதற்கே இத்தனை லாபம் என்றால், அங்கேயே ஒரு கம்பெனி ஆரம்பித்து, உட்கார்ந்துவிட்டால்?

உட்கார்ந்துவிட்டார்கள். ஐந்தே ஆண்டுகளில் வங்காளத்திலும் மெட்ராஸிலும் தலா ஒரு கம்பெனியை பூஜை போட்டு ஆரம்பித்தார்கள். விருந்தோம்பலில் கொடி கட்டிப் பறந்த இந்தியா வந்தவர்களை இரு கரம் கூப்பி வரவேற்றது. போதும் போதும் என்னும் அளவுக்கு அள்ளிக் கொடுத்தது. திரைகடல் தாண்டி ஓடிவந்த அத்தனை பேருக்கும் திரவியம் தந்தது.

கிழக்கிந்திய கம்பெனி யோசித்தது. இப்படியே ஒருவர் மாற்றி ஒருவர் எல்லோரும் உள்ளே நுழைந்துகொண்டிருந்தால், நம் கதி? நாம் என்ன இளிச்சவாயர்களா? பிரிட்டன், ஃபிரான்ஸ், டச்சு. மூன்றும் உட்கார்ந்து பேசிக்கொண்டன. ஹூக்ளி நதிக் கரையில் வைத்து ஜெர்மனி அடித்து விரட்டப்பட்டது.

ஒரு கழுகைப்போல் இந்தியாவை வட்டமிடத் தொடங்கியது பிரிட்டன்.

●

ஒரு பக்கம் பிரிட்டன். மற்றொரு பக்கம், ஷீக் ஆயாஸ். அவர் கீழே பணிபுரியும் துரோகிகள். இந்தத் துரோகிகளுக்காக இயங்கும் அடிப்பொடிகள். பூர்ணையா காண்பித்த அந்தப் பட்டியல், திப்பு சுல்தானின் கண்களுக்கு முன்னால் அட்சரம் அட்சரமாக ஓடிக் கொண்டே இருந்தது.

ஷாம்ஸ்-உத்-தீன் பக்ஷி. சில ஆண்டுகளுக்கு முன்னர் இவனுக்கு மரண தண்டனை விதிக்கப்பட்டிருந்தது. திப்பு சுல்தானின் தலையீட்டால் தண்டனை ரத்து செய்யப்பட்டு, பக்ஷி விடுதலை செய்யப்பட்டான். இதோ, அவன் பெயர்கூடப் பட்டியலில் இருக்கிறது. நான்காவதோ, ஐந்தாவதோ. கரீமைக்கூட துரோகிகள் சிறுது சிறிதாகக் கரைத்து வருகிறார்கள் என்பதைக் கேட்கும்போது, திப்பு சுல்தானின் இதயம் பொடிப்பொடியாக உதிர்ந்தது.

இவர்களுக்கு எதிராகவே என் வாளைச் சுழற்றவேண்டுமா?

சில சமயம் இப்படித் தோன்றும் திப்பு சுல்தானுக்கு. என் அப்பா தப்பு செய்துவிட்டார். எனக்குப் போர் பயிற்சி மட்டுமே அளித் திருக்கவேண்டும். அல்லது இறையியல் பயிற்சி மட்டுமே. இரு வெவ்வேறு உலகங்களையும் அவர் எனக்குக் காட்டியது மாபெரும் தவறு.

ஆமாம், ஒரு உலகம் அன்பை போதிக்கிறது. மற்றொரு உலகம் ரத்தத்தை வாரி இறைக்கிறது. இரண்டில் ஒன்றை மட்டுமே நான் தேர்ந்தெடுக்க முடியும். எனில், எதை?

பூர்ணையா, திப்பு சுல்தானை யோசிக்க விடவில்லை.

'கிளம்புங்கள், நீங்கள் தாமதிக்கும் ஒவ்வொரு நொடியும் எதிரிகள் பலம்பெற்றுக்கொண்டிருக்கிறார்கள்.'

'உண்மைதான். ஆனால், எனக்குச் சில நாள்கள் அவகாசம் வேண்டும்.'

'சில நாள்களா?'

'ஆமாம். நான் கோலாருக்குப் போகவேண்டும். என் தந்தையின் உடலைப் பார்க்கவேண்டும். பிறகுதான் என்னால் முடிவெடுக்க முடியும்.'

4

முதல் போர், முதல் ரத்தம்

திப்பு சுல்தானுக்கு அப்போது பதினைந்து வயது.

மதக்கல்விக்கு முழுக்குப் போட்டுவிட்டு, போர்ப் பயிற்சிகள் முழுவதையும் எடுத்து முடித்திருந்தார். எத்தனை பயிற்சிகள் கொடுத்தாலும் ஒரு போர்க்களம் கொடுக் கும் அனுபவத்துக்கு ஈடாகுமா? ஹைதர் அலியின் திட்டமும் அதுதான். பெத்னூர் போருக்கு திப்பு சுல்தானையும் உடன் அழைத்துச் செல்வது. பெத்னூரின் ராஜா ஹைதர் அலியை வம்புக்கு இழுத்திருந் தார். திடீரென்று படை திரட்டி ஸ்ரீரங்கப்பட் டணத்துக்குள் நுழைந்திருக்கிறார். களவாடி யும் சென்றிருக்கிறார். விடலாமா?

பெத்னூருக்குத் தெற்கே அமைந்துள்ளது அந்த நகரம். பெயர் பாலம் (Balam). ஹைதர் அலியின் படைகள் பாலத்தை நோக்கி நகர ஆரம்பித்தன. திப்பு சுல்தான், அங்கே நடப் பதைத் தொலைவிலிருந்து வேடிக்கைப்

பார்க்க வேண்டும். திப்புவைப் பாதுகாக்கும் பொறுப்பைத் தனது பிரத்தியேக ராணுவ ஆசிரியர் காஜி கானிடம் ஒப்படைத்திருந் தார் ஹைதர் அலி. மொத்தம் இரண்டாயிரம் வீரர்கள் அவருடன் இருந்தனர்.

புழுதி பறந்துகொண்டிருந்தது. திப்புசுல்தானிடமிருந்து விடை பெற்றுக்கொண்டார் ஹைதர் அலி. ஒரு மணி நேரத்துக்கு ஒரு முறை ஹைதர் அலியிடமிருந்து தகவல் வரும். தகவல் தெரி விக்க குதிரை வீரர்கள் தயாராக இருந்தனர்.

திப்பு சுல்தான் காத்திருந்தார். ஹைதர் அலியின் படைகள் வேக வேகமாக முன்னேறிச் சென்றன. சிறிது நேரத்தில் காணாமலும் போயின. துப்பாக்கிகள் வெடிக்கும் சத்தம் மட்டும் விடாமல் கேட்டுக்கொண்டே இருக்கும். கண்களை இடுக்கிக்கொண்டு பார்த்தால் எப்போதாவது ஹைதரின் கொடியை பார்க்க முடியும். போர் உக்கிரமாக நடந்து கொண்டிருக்கிறது என்று திப்பு நினைத்துக்கொள்வார்.

இரண்டு மணி நேரங்கள் கடந்துவிட்டன. ஹைதர் அலியிட மிருந்து தகவல் இல்லை.

'நாம் போய் பார்க்கலாமா?'

காஜி கானிடம் கவலையுடன் கேட்டார் திப்பு சுல்தான்.

'வேண்டாம். காத்திருப்போம்.'

மூன்று மணி நேரம் முழுவதுமாக முடிந்துவிட்டது. ஒரு தகவ லும் இல்லை. அப்பா மறந்துபோயிருக்கலாம். போர் முனையில் நின்றுகொண்டிருக்கும்போது, தகவல் தெரிவிக்க நேரமா இருக் கும்? ஆனால், அதற்காக கைகளைக் கட்டிக்கொண்டு உட்கார்ந் திருக்க முடியுமா?

ஐநூறு வீரர்களைத் திப்பு சுல்தானிடம் விட்டுவிட்டு, காஜி கான் கிளம்பினார். திப்பு சுல்தான் காத்திருக்க ஆரம்பித்தார். மேலும் ஒரு மணி நேரம் கழிந்தது. காஜி கானிடமிருந்தும் செய்தி இல்லை.

திப்பு சுல்தானுக்கு வேறு வழி தெரியவில்லை.

'வாருங்கள் கிளம்பலாம்.'

படை வீரர்கள் திப்புவை விநோதமாகப் பார்த்தனர். ஆனால், மறுவார்த்தைப் பேசவில்லை. உடனடியாகக் கிளம்பினார்கள். சிறுவன்தான். ஆனால், யார்? திப்பு சுல்தான். ஹைதர் அலியின் குட்டிப் புலி. கீழ்ப்படிவதுதானே நியாயம்.

நேராகப் போர்க்களத்தின் வாயில் நுழைந்து அகப்படாமல் இருக்க, மாற்று வழி மூலம் நகர்ந்து சென்றார்கள் அவர்கள். அது ஓர் அடர்ந்த கானகப் பாதை. நேராகச் சென்றுகொண்டிருந்தனர். போர்க்களத்தை நெருங்கிவிட்டோம் என்று திப்பு சுல்தான் நினைக்கும்போது, திடீரென்று அந்தப் பாதை முடிந்துவிட்டது.

சற்றுத் தொலைவில் சில பெண்கள் ஒரு மறைவிடத்தில் ஒளிந்துகொண்டிருந்தார்கள். திப்பு சுல்தானின் படையைப் பார்த்ததும் பதறிவிட்டார்கள் அவர்கள். எல்லோரும் பாலம் பகுதியைச் சார்ந்த பெண்கள். போரில் பிடிபடாமல் இருக்கவே இந்த மறைவிடம்.

ஒரு பெண் திடீரென்று திப்புவின் முன்னால் தோன்றினார். கையில் ஒரு குழந்தை. உடன் மூன்று பெண்கள். கூடவே, சில பணியாள்கள். அவர்களைப் பார்த்த உடனே திப்புவுக்குத் தெரிந்துவிட்டது. யாரை எதிர்த்து ஹைதர்அலி போராடிக் கொண்டிருக்கிறாரோ, அவரது மனைவி மற்றும் குழந்தைகள்.

அந்தப் பெண் கலங்கிய விழிகளுடன் திப்புவைப் பார்த்து மன்றாடினார்.

‘இதோ, சரணடைந்துவிட்டோம். தயவு செய்து எங்களை ஒன்றும் செய்துவிடாதீர்கள்!’

திப்பு தனது வீரர்களிடம் திரும்பினார்.

‘இங்குள்ள அத்தனை பேரையும் பாதுகாப்பான இடத்துக்குக் கொண்டுச் செல்லுங்கள். அவர்கள்மீது ஒரு கீறல்கூட விழக் கூடாது. எச்சரிக்கை.’

போர் உச்சகட்டத்தை நோக்கி நகர்ந்து கொண்டிருந்தது. பெத்னூர் ராஜா உக்கிரமாக மோதிக்கொண்டிருந்தார். அப்போது தான் அந்தச் செய்தி அவருக்குப் போய்ச் சேர்ந்தது. மன்னர் ஹைதர் அலியின் மகன் உங்கள் மனைவியையும் குழந்தை களையும் சிறை பிடித்துவிட்டார்.

சட்டென்று வாளை கீழே உதறினார் ராஜா. கைகளை மேலே தூக்கிவிட்டார். நானும் சரணடைந்துவிடுகிறேன். ஹைதர் அலிக்கு விஷயம் தெரியாது. திடீரென்று இந்த மன்னருக்கு என்ன ஆகிவிட்டது? வெள்ளைக் கொடியைக் காட்டுகிறாரே. சரி, எப்படியோ போர் முடிந்தால் சரி. மோதல்களைக் கைவிடச் சொல்லி உத்தரவிட்டார் ஹைதர் அலி. திப்பு சுல்தான் இருக்கும் இடத்தை நோக்கி நகர ஆரம்பித்தார்.

ஹைதருக்கு முன்னால், அவரது முக்கிய தளபதி மக்பூல் கான் திப்பு சுல்தான் இருக்கும் இடத்தை அடைந்துவிட்டான். ஆச்சரியம். பெத்னூர் மன்னரின் மனைவியும் குழந்தைகளும் படை வீரர்களின் பாதுகாப்பில் அமர்ந்திருந்தனர்.

'சபாஷ் திப்பு சுல்தான், சபாஷ். உன் வீரத்துக்கு இதைவிடச் சிறந்த சான்று இருக்க முடியாது.'

திப்பு சுல்தான் அவசர அவசரமாக மறுத்தார்.

'இல்லை மக்பூல் கான். நான் அவர்களைச் சிறைபிடிக்கவில்லை. அவர்களைக் காப்பாற்றி அழைத்து வந்திருக்கிறேன், அவ்வளவு தான்.'

திப்பு சொன்னதை மக்பூல் கான் காது கொடுத்துக் கேட்க வில்லை. அந்தப் பெண்ணை நோக்கி நகர ஆரம்பித்தார்.

'நில் மக்பூல் கான். அவர்களை நெருங்காதே!'

திப்புவை ஒரு முறை திரும்பிப் பார்த்துவிட்டு, லேசாகப் புன்னகை செய்தபடி தொடர்ந்து முன்னேறினான் மக்பூல் கான். கைதிகளை அப்படியே விட்டு வைக்கக் கூடாது. சிறைப்பிடிக்க வேண்டும். சிறைப்பிடித்தால்தான் சன்மானம். புகழ்.

திப்பு தனது குரலை உயர்த்தினார்.

'மக்பூல் கான், நில்!'

அடுத்த நிமிடம், தன் கையிலிருந்த துப்பாக்கியால் மக்பூலைச் சுட்டார் திப்பு. மக்பூல் கானின் பின்னந்தலையை துளைத்துக் கொண்டு பாய்ந்தது அந்தக் குண்டு.

முதல் கொலை. முதல் ரத்தம்.

புழுதியில் தலை குப்புற விழுந்து கிடந்த மக்பூல் கானை எந்த விதச் சலனமும் காட்டாமல் வெறித்துப் பார்த்தார் திப்பு. ஒரு போர்வையை எடுத்து வரச்சொன்னார். மக்பூல் கானின் உடல் மீது அந்தப் போர்வையைப் போர்த்திவிட்டு, ஒரு நிமிடம் கண்களை மூடி நின்றார் திப்பு. பிறகு, திரும்பிப் பார்க்காமல் நடக்க ஆரம்பித்தார்.

சிறிது நேரத்துக்கெல்லாம் காஜி கானும் ஹைதர் அலியும் வந்து சேர்ந்தார்கள். ஹைதர் அலி தன் மகனை நெஞ்சோடு வைத்து அழுத்திக்கொண்டார்.

'அருமை, திப்பு அருமை. சொல். உன் கைதிகளை விடுவிக்க உனக்கு என்ன சன்மானம் வேண்டும்.'

'சன்மானமா?'

'ஆ, உனக்கு அதைப் பற்றி யாரும் சொல்லித்தரவில்லையா? நல்லது. இதுதானே உன் முதல் அனுபவம். இனி, நீ தெரிந்து கொள்வாய். பார் திப்பு. போரில் பிடிபடும் கைதிகளை விடுவிக்க வேண்டுமானால் அதற்குத் தக்க சன்மானம் பெறவேண்டும். பெத்னூர் மன்னரை நான் விடுதலை செய்துவிட்டேன். அவன் நிலங்களையும் திரும்பத் தந்துவிட்டேன். அதற்கு ஈடாக, ஐம்பது ஒட்டகங்களில் பொக்கிஷங்களைப் பெற்று வந்திருக்கிறேன்.'

திப்பு பதில் பேசாமல் நின்று கொண்டிருந்தார்.

'உனக்கு என்ன வேண்டும் கேள்!'

பெத்னூர் ராஜாவும் அப்போது அருகில்தான் இருந்தார். மிகுந்த எதிர்பார்ப்புடன் அவர் திப்புவின் முகத்தை உற்றுப் பார்த்துக் கொண்டிருந்தார். எவ்வளவு கேட்டால் என்ன? கொடுப்பதைத் தவிர வேறு வழி கிடையாது. இல்லையா?

'அப்பா, இவர்கள் பெண்கள். தவிரவும், குழந்தைகள்.'

'அதனால் என்ன? இவர்களை வெறுமனே விட்டுவிட முடி யுமா?'

தீர்மானமான குரலில் சொன்னார் திப்பு.

'ஆமாம், இவர்களை விடுவித்துவிடத்தான் வேண்டும். தக்க மரியாதையுடன் இவர்களை அனுப்பி வைக்கவேண்டும்.'

ஹைதர், மகிழ்ச்சியின் உச்சத்தைத் தொட்டிருந்தார். அந்தப் பிரதேசமே கிடுகிடுக்கும்படி கைகளை உயர்த்திக் கூவினார்.

'பார்த்தீர்களா என் திப்புவை. என்னைப் போல்தான் அவனும். பெண்களையும் குழந்தைகளையும் என்றும் அவன் சிறைப் பிடிக்க மாட்டான்.'

பெத்னூர் ராஜா, திப்புவின் முன்னால் மண்டியிட்டு அமர்ந்தார்.

'அச்சத்தின் காரணமாக உங்கள் தந்தையின் முன்னால் மண்டியிட் டேன். இப்போது, மரியாதை செலுத்துவதற்காக உங்கள் முன்னால் மண்டியிடுகிறேன்.'

அன்றைய இரவு, பூர்ணையாவிடம் பேசிக்கொண்டிருந்தார் ஹைதர் அலி. மக்பூல் கான் கொல்லப்பட்டதன் பின்னணி அப்போதுதான் அவருக்குத் தெரிந்தது.

'திப்பு செய்தது சரிதானா பூர்ணையா?'

'நீங்கள் அந்த இடத்தில் இருந்தாலும் அதைத்தான் செய் திருப்பீர்கள்.'

●

ஹைதர் அலியின் வளர்ச்சிக்கு முக்கியக் காரணம் அவரது இரக்க சுபாவம்.

சண்டித்தனம் செய்யும் குதிரையை அடக்குவதைப்போல் திண்டுக்கல்லைத் திறமையாக அடக்கி வைத்திருந்தார் ஹைதர் அலி. கலகம் செய்பவர்கள், எதிரிகளுடன் சேர்ந்து கூத்தடித்த வர்கள், சதித்திட்டம் தீட்டுபவர்கள் அத்தனை பேரையும் நீக்கினார்.

நீக்கினார்? எனில், கொன்றொழித்தாரா? உண்மையில், நீக்குதல் என்றால் அதுதான் பொருள். பிரச்னைக்குரிய நபர்களைக் கொலை மட்டுமே செய்வார்கள். மரண தண்டனை. அரச கட்டளை. ஏன் எதற்கு என்று ஒருவரும் கேள்வி கேட்க முடியாது. கேட்கவும் கூடாது. அரசர் ஒழிக என்று இரண்டு முறைதான் கோஷம் போட முடியும். மூன்றாவது முறை குரலை உயர்த்துவதற்குள் சிறை செல்ல வேண்டியிருக்கும்.

வேறு வழியில்லை. அடக்கித்தான் ஆளவேண்டியிருந்தது. ஆனால், ஹைதர் அலி வேறு ஓர் உபாயத்தைக் கையாண்டார். முதல் காரியமாக, சிறையில் இருந்த அத்தனை அரசியல் கைதிகளையும் விடுதலை செய்தார். இனியொரு முறை இப்படிச் செய்யாதீர்கள். எதற்கெடுத்தாலும் ஆயுதம் தூக்குவதை நிறுத்துங்கள்.

அடுத்து, தடைகள். பொருளாதாரத் தடைகள். வணிகத் தடை கள். எல்லாவற்றுக்கும் அரசாங்க அனுமதியை எதிர்பார்க்க வேண்டிய நிலைமை. ஹைதர் அலி எல்லாவற்றையும் ஒழித்துக் கட்டினார். மக்களே, அரசாங்கம் என்பது உங்களை முடக்கிப் போட அல்ல. உங்கள் வாழ்வை மேன்மையாக்கும் அமைப்பு. இனி நீங்கள் நினைத்ததைச் சுதந்தரமாகச் செய்யலாம். அரசு இயந்திரம் உங்களை இம்சிக்காது. இது என் உத்தரவாதம்.

வியாபாரமும் வர்த்தகமும் வேகவேகமாக வளர ஆரம்பித்தது. கலகக்காரர்கள் கிட்டத்தட்ட காணாமல் போனார்கள். அதிருப்தி அடையும் மக்களின் ஒரு பகுதியினர்தான் கலகக்காரர்களாக மாறுகிறார்கள்? அதிருப்தியே இல்லை எனில் கலகங்களுக்கு அங்கே என்ன வேலை?

5

போர்கள் முடிவதில்லை

பதினேழு வயதிலேயே திப்பு சுல்தா
னுக்குப் போர் பழகிவிட்டது. ஹைதர் அலி
அருகில் இருந்து ஒவ்வொரு கட்டமாகச்
சொல்லிக்கொடுத்தார். எப்போதெல்லாம்
போர்த் தொடுக்க வேண்டும்? யார்
மீதெல்லாம்? எப்போதெல்லாம் போர்
புரியக்கூடாது? ஏன்?

போருக்குப் பஞ்சமேயில்லை. நித்தம்
நித்தம் ஏதாவது மோதல்கள், சச்சரவுகள்.
வா போர்க்களத்துக்கு என்று பக்கத்து சமஸ்
தானத்திலிருந்து திடீரென்று அழைப்பு
வரும். சொல்லாமல் கொள்ளாமல் தாக்கு
பவர்களும் உண்டு. கொஞ்சம் அசந்தாலும்,
ஊருக்குள் படையுடன் புகுந்துவிடுவார்
கள். சிறு திருட்டுகள் முதல் ஆக்கிரமிப்பு
வரை அத்தனையும் நடைபெறும்.

இதெல்லாம் மற்ற சமஸ்தானங்களுக்கு.
மைசூர் என்றால் சுற்றுவட்டாரம் கொஞ்சம்
யோசிக்கும். ஹைதர் அலி இருக்கும்வரை,

மைசூரைத் தொட்டுவிட்டுத் திரும்புவதுகூட கடினமான காரியம் என்று எல்லோருக்கும் தெரிந்திருந்தது. குறிப்பாக, ஆங்கிலேயர் களுக்கு. ஆனால், மைசூர் மீது அவர்களுக்குத் தீராத தாகம். என்றாவது ஒரு நாள், ஹைதர் அலி அசரமாட்டாரா? இந்த யானைக்கு அடி சறுக்காதா?

1767-ல் பரம ரகசியமான திட்டம் ஒன்று உருவானது. ஆங்கி லேயர்கள், ஹைதராபாத் நிஜாம், மராத்தியர்கள். மூவரும் கைகுலுக்கிக்கொண்டார்கள். மைசூரைத் தாக்க நாள் குறித் தார்கள். தனித்தனியே போனால் ஹைதர் அடி பின்னிவிடுவார். மூன்று சக்திகளும் ஒன்றுசேர்ந்தால்? ஆடிப் போய்விட மாட்டாரா?

அதிரடியாக நுழைந்தார்கள். ஹைதர் அலி இதைச் சற்றும் எதிர்பார்க்கவில்லை. ஆனால், உடனடியாக என்ன செய்ய வேண்டும் என்று அவருக்குத் தெரிந்திருந்தது. மூவரையும் எதிர்க்கலாம். முறியடிக்கலாம். முடியாத காரியமில்லை. ஆனால், இழப்புகள் அதிகம் இருக்கும். மாற்றுத் திட்டம் உருவானது.

மராத்தியர்களை அழைத்துப் பேசினார். இதோ பாருங்கள், உங்க ளுக்கும் எனக்கும்தான் பகை. நீங்கள் என் மீது போர்த் தொடுக் கலாம். நான் உங்கள் மீது போர்த் தொடுக்கலாம். தவறில்லை. ஆனால் எதற்காக அநாவசியமாக ஆங்கிலேயர்களை உள்ளே இழுக்கவேண்டும்? இன்று உங்களுடன் கூட்டுச் சேர்வார்கள். நாளை வேறு இடத்துக்குத் தாவிச்சென்று உங்களையே எதிர்ப்பார்கள். இது தேவையா? மராத்தியர்களுக்குப் புரிந்தது. கூட்டணியிலிருந்து கழண்டுக் கொண்டார்கள்.

அடுத்து, ஹைதராபாத் நிஜாம். திப்பு சுல்தானை அழைத்தார் ஹைதர் அலி. திப்பு, நிஜாமிடம் பேசி அவரை அமைதிப்படுத்து. மறுவார்த்தைப் பேசாமல் வீரர்களுடன் கிளம்பிச் சென்றார் திப்பு. வாள் ஏந்தி முதல் போருக்குச் செல்லவேண்டியிருந்தது. இப் போது வெள்ளைக் கொடி ஏந்தி.

நிஜாமைச் சந்தித்தார் திப்பு. போர்த் தொடுக்க அல்ல, சமாதானம் பேசவே தான் வந்திருப்பதாக அவருக்குப் புரிய வைத்தார். அசாத்தியத் தெளிவுடன் பேசினார். நிஜாம் சொல்வதை கவனமாகக் காது கொடுத்துக் கேட்டார். நிஜாமைச் சம்மதிக்க

வைத்தார். ஆங்கிலேயர்கள் பரவும் கிருமிகள். அவர்களிடம் நெருங்க வேண்டாம். எச்சரித்தார்.

உதிரிகள் விலகிவிட்டார்கள். இனி, ஆங்கிலேயர்கள் மட்டும். ஹைதர் அலி, திப்பு சுல்தான் இருவரும் கைகோத்துக் கொண்டார்கள்.

ஆங்கிலேயர்கள் பின்வாங்கவில்லை. சரி, தனியாகவே மோது கிறோம் என்று சீறி வந்தார்கள். பெரும் படை, நவீன ஆயுதங்கள். ஹைதர் அலி எதிர்பார்த்ததைவிட, கடுமையானதாக இருந்தது போர். திப்புவைத் தன்னுடன் வைத்திருக்க முடியவில்லை அவரால். ஒரு சிறிய படையை ஒதுக்கிக் கொடுத்து, திப்புவைத் தனியே அனுப்பிவிட்டார்.

திப்புவின் படை முன்னேற ஆரம்பித்தது. உடன், காஜி கான் மற்றும் சில தளபதிகள். திப்புவுக்கு அளிக்கப்பட்ட உத்தரவு இதுதான். நேரடிப் போரில் ஈடுபடவேண்டாம். முடிந்தவரை ஆங்கிலேயர்களை அலைக்கழி. போதும். சொல்லிக்கொடுத் ததை அப்படியே செய்தார் திப்பு. வழியில் பலர் திப்புவின் படையுடன் இணைந்துகொண்டனர். அவர்கள் அத்தனை பேரும் ஆங்கிலேயர்களால் பாதிக்கப்பட்டவர்கள். அவர்களால் உயிர் இழந்தவர்களின் குடும்பத்தினர். ஆங்கிலேயர்களுக்கு எதிரான போர் என்பது தெரிந்தவுடன் அவர்கள் வெறியுடன் கூடவே வர ஆரம்பித்தனர்.

திப்புவின் படை மெட்ராஸை நோக்கி நகர ஆரம்பித்தது. அப்போதுதான் திப்புவுக்குத் தோன்றியது. நாமும் ஏன் நேரடி யாகப் போரிடக் கூடாது? திப்புவை உற்சாகம் தொற்றிக் கொண்டது. வழியில் ஒரு செய்தி வந்துசேர்ந்தது. கிழக்கிந்திய கம்பெனியின் கவர்னர், தோட்டத்தில் இளைப்பாறிக் கொண்டிருக்கிறார்.

கோபம் உச்சிக்கு ஏறிவிட்டது திப்புவுக்கு. எங்கிருந்தோ வந்து எங்கள் நிம்மதியைக் குலைத்துவிட்டு, இளைப்பாறிக்கொண் டிருக்கிறாயா இளைப்பு? இரு வருகிறேன். கிழக்கிந்திய கம்பெனி தோட்டத்தை நோக்கி நகர ஆரம்பித்தது அவர் படை. விஷயம் எப்படியோ அந்த கவர்னருக்குத் தெரிந்துவிட்டது. அலறியடித்து ஓடியே விட்டார். எப்போது வேண்டுமானாலும் மெட்ராஸ் கைக்கு வந்துவிடும் என்னும் நிலைமை. முதல் வெற்றி. மிக அருகில்.

மறுபக்கம், ஹைதர் அலி திருவண்ணாமலையில் போரிட்டுக் கொண்டிருந்தார். ஆங்கிலேயர்களின் கையே மேலோங்கி யிருந்தது. ஹைதரால் ஒரு கட்டத்துக்கு மேல் சமாளிக்க முடியவில்லை. கூடுதல் படைகள் இருந்தால் தேவலை என்று தோன்றியது. தவிரவும், திப்பு தேவை.

தகவல் தெரிந்ததும், மெட்ராஸை அப்படியே விட்டுவிட்டு, அவசர அவசரமாகத் திருவண்ணாமலை வந்தடைந்தார் திப்பு. அவரைத் தடுப்பதற்காக ஆங்கிலேயர்கள் இரண்டு தனித்தனி படைகளை அனுப்பினார்கள். கர்னல் டோட் தலைமையில் ஒரு படை. மற்றொன்று மேஜர் பிட்ஸ்கிரால்ட் தலைமையில். திப்பு இருவரையும் முறியடித்தார். ஆக்ரோஷமான மோதல்கள் அவை. திப்புவின் முழுப் போர்த் திறமையும் வெளிப்பட்ட சந்தர்ப்பமும்கூட.

அதற்குப் பிறகு, ஒவ்வொரு போரிலும் ஹைதர் அலியின் படையில் திப்பு தவறாமல் இடம் பிடித்தார். அனுபவம், வீரம் இரண்டும் இணைந்த அசாத்தியமான கூட்டணி ஒன்று உதய மானது.

திருப்பத்தூர் கோட்டை, வாணியம்பாடி கோட்டை. ஹைதரும் திப்புவும் கைகோத்துக்கொண்டு இரண்டையும் கைப்பற்றினார் கள். வாணியம்பாடியில் ஹைதர் அலி ஆங்கிலேயர்களிடம் மாட்டிக்கொள்ளும் சந்தர்ப்பம் ஏற்பட்டபோது, திப்பு விரைந்து வந்து அவரைக் காப்பாற்றினார்.

1768-ம் ஆண்டு ஹைதராபாத் நிஜாம் மீண்டும் முரண்டு பிடிக்க ஆரம்பித்தார். திப்பு அவரிடம் பேசிவிட்டு வந்து ஓர் ஆண்டு கூட முடியவில்லை. அதற்குள் அவர் கை அரிக்க ஆரம்பித்துவிட்டது. பேசாமல் ஆங்கிலேயர்களிடமே சேர்ந்துவிடலாமா என்ற குறுகுறுப்பு. ஆங்கிலேயர்களின் பிரம்மாண்ட படை செய்த மாயம். பளபளக்கும் பூட்ஸ், புது கோட் மாட்டிக்கொண்டு, டக்டக்கென்று கம்பீரமாக நடந்து வரும் மகா பிரபுக்களையும் கர்னல்களையும் கண்டு வாய் பிளந்து பூரித்ததால் வந்த வினை. தவிரவும், அதைத் தருகிறேன் இதைத் தருகிறேன், எங்களுடன் வந்து சேர்ந்துவிடு என்று அவ்வப்போது வரும் அன்பு அழைப்பு.

ஹைதர் அலி கிட்டத்தட்ட சோர்ந்துவிட்டார். ஆங்கிலேயர்களை எதிர்க்கலாம். தப்பேயில்லை. ஆனால், வாரத்துக்கு இரண்டு

முறை நிஜாமுடன் போரிடுவது என்பது நேரத்தை, உயிரை, செல்வத்தை விரயம் செய்யும் வீண் வேலை. எத்தனை முறை படித்துப் படித்து புத்தி சொன்னாலும் தெரிவதில்லையே! என்னதான் வழி?

என்னிடம் பொறுப்பை ஒப்படையுங்கள், நான் பார்த்துக் கொள்கிறேன் என்றார் திப்பு. சொன்னதைப்போல் செய்தார். நிஜாமின் படைகள் எல்லையை மீறுகின்றன என்ற செய்தி வந்த மறு நிமிடமே பாய்ந்து சென்று பதில் தாக்குதல் தொடுத்தார். நிஜாமை எப்போதும் நடுக்கத்தில் வைத்திருந்தார்.

தவிரவும், ஆங்கிலேயர்களிடம் நேரடியாகப் போரிடவும் ஆரம்பித்தார் திப்பு. கர்னல் ஸ்மித், காவின், வாட்ஸன். இந்த மும்மூர்த்திகளின் படைகளையும் அடுத்தடுத்து சிதறடித்தார் திப்பு. தவிரவும், மங்களூரை முற்றுகையிட்டு, அங்கிருந்த ஆங்கிலேயப் படைகளை விரட்டியடித்தார்.

போதும். போரை முடிவுக்குக் கொண்டு வந்துவிடலாம் என்று ஹைதருக்குத் தோன்றியது.

மெட்ராஸ் கவர்னருக்குச் சொல்லி அனுப்பினார். உட்கார்ந்து பேசி அமைதி ஒப்பந்தம் ஒன்றை உருவாக்கினார்கள். திப்புவின் கைதான் அப்போது ஓங்கியிருந்தது. குறிப்பாக, மெட்ராஸில். இருந்தாலும், இருதரப்புக்கும் சமமாக ஒப்பந்தத்தை உருவாக்கி னார் ஹைதர் அலி.

1766 தொடங்கி 1769 வரை நீடித்த இந்தப் போர், முதல் மைசூர் போர் என்று பிற்காலத்தில் அழைக்கப்பட்டது. திப்புவின் தீரத்தை எண்ணி எண்ணிப் பூரித்துப்போனார் ஹைதர் அலி. போதும். இவன் ஒருவன் போதும். இந்த உலகமே திரண்டு வந்தாலும், என்னால் எதிர்த்து நிற்க முடியும்.

திப்புவின் படைக்குப் பிரத்தியேகமான கொடி ஒன்று வடி வமைக்கப்பட்டது அப்போதுதான். புலியின் சின்னம் பொறிக்கப் பட்ட கொடி அது.

●

கண்ணில் விழுந்த தூசிபோல் மைசூர் ஆங்கிலேயர்களை உறுத்திக்கொண்டிருந்தது. தவிரவும், ஹைதரின் படைகள்

அளித்த தோல்விகளின் அவமானம். அது மட்டுமா? பதின் பருவத்தைக்கூட இன்னமும் தாண்டாத திப்பு சுல்தானின் தீர்க்கமான எதிர்ப்பு முறைகள் அவர்களைக் கலங்கடித்தன.

மைசூரை எப்படியாவது ஒழித்துக்கட்டிவிட்டுத்தான் மறு வேலை என்று கங்கணம் கட்டிக்கொண்டு யோசிக்க ஆரம்பித் தார்கள்.

மராத்தியர்களிடம் ஓடினார்கள். இதோ பாருங்கள். ஹைதரும் திப்புவும் இருக்கும்வரை உங்களால் சுதந்தரமாக இருக்க முடியாது. அவர்கள் படு பயங்கரமான ஆக்கிரமிப்பாளர்கள். கூடிய விரைவில் உங்களை விரட்டிவிட்டு, உங்கள் ராஜ்ஜியத்தைக் கைப்பற்றிக் கொள்வார்கள். அதற்குள் விழித்துக்கொள்ளுங்கள். கவலை வேண்டாம், உங்களுக்கு உதவத்தான் நாங்கள் அவதாரம் எடுத் தோம். எங்களுடன் சேருங்கள். ஜெயம் உண்டாகும்.

அடுத்து, ஹைதராபாத் நிஜாம். அதே பல்லவியை மிடுக்குடன் மீண்டும் பாடினார்கள். நிஜாமை உசுப்பேற்றி மைசூரைத் தாக்கச் செய்தார்கள். ஹைதரும் திப்புவும் ஒன்றுசேர்ந்து எதிர்க்க ஆரம்பித்தார்கள். 1769 முதல் 1772 வரை இந்தப் போர் நீடித்தது.

ம்ஹூம். ஒன்றும் செய்ய முடியவில்லை. மூலை முடுக்குகள் எல்லாம் சென்றார்கள். தீப்பெட்டி அளவேயுள்ள பிரதேசங் களையும்கூட அவர்கள் விட்டுவைக்கவில்லை. ஐயா, திப்புவுக்கு எதிராகத் திரண்டுகொண்டிருக்கிறோம். வந்து, ஒரு கை போடுங் கள். ஆசைக் காட்டி, காசைக் காட்டி சில குட்டி ராஜாக்களைத் திரட்டவும் செய்தார்கள். சின்ன கலகங்கள் முதல் முறையான போர் வரை நிறைய செய்து பார்த்தார்கள். கலகக்காரர்களைத் தேடிப்பிடித்து அவர்கள் கையில் ஆயுதங்களைத் திணித்தார்கள். அத்தனை முயற்சிகளும் தோல்வியடைந்தன.

இதுவாவது பரவாயில்லை. போரிடச் சென்ற வீரர்கள் பலர் திப்பு சுல்தானின் அறிவுக்கூர்மை பற்றியும் போர்த் திறமைப் பற்றியும் வெளிப்படையாக ஆச்சரியப்பட ஆரம்பித்துவிட்டனர். துரை மார்களுக்குப் பற்றிக்கொண்டு வந்தது. இந்தத் திப்பு என்று ஒழிவான்?

ஆகஸ்ட் 7, 1779 அன்று கல்கத்தாவிலுள்ள பிரிட்டிஷ் அரசாங்கத் துக்கு ஒரு தந்தி வந்தது. ஃபிரான்ஸ், ஐரோப்பா மீது போர்த் தொடுத்திருக்கிறது. ஃபிரான்ஸுக்குப் பதிலடி தந்தே ஆக

வேண்டும். உடனடியாக, தாக்குதலுக்கு நாள் குறித்தார் வாரன் ஹாஸ்டிங்ஸ். இந்தியாவிலுள்ள ஃபிரான்ஸின் பிரதேசங்கள் தாக்கப்படவேண்டும். குறிப்பாக, பாண்டிச்சேரி மற்றும் மாஹி.

சர் ஹெக்டர் முன்ரோ (Sir Hector Munroe) படைகளைத் திரட்டிக் கொண்டு பாண்டிச்சேரிக்குள் அதிரடியாக நுழைந்தார். பிரெஞ்சுப் படைகள் தயாராகத்தான் இருந்தன என்றாலும் அவர்களால் ஆங்கிலேயர்களைச் சமாளிக்க முடியவில்லை. கிழக்கிந்திய கம்பெனிக்கு வழங்கப்பட்டதைப் போன்ற அதிகாரங்கள், இந்தியாவிலுள்ள பிரெஞ்சுப் படைகளுக்கு வழங்கப்பட வில்லை என்பது ஒரு காரணம். தவிரவும், படை பலத்திலும் ஆங்கிலேயர்களுடன் போட்டிப் போடும் அளவுக்கு இல்லை பிரெஞ்சுக்காரர்கள்.

மொத்தம் பத்து வாரங்கள். பிரான்ஸ் தரப்பு இழப்பு எண்ணிக்கை எண்ணூறு. இரண்டு கைகளையும் மேலே தூக்கியது பிரான்ஸ். அட்டகாசமான சிரிப்புடன் பாண்டிச்சேரியை ஆக்கிரமித்தது பிரிட்டன். அடுத்து, மாஹிதான். சரி கிளம்பலாம் என்று அவர்கள் தயாரானார்கள்.

ஹைதர் அலி விழித்துக்கொண்டார். பிரிட்டன் மாஹியில் நுழையக்கூடாது. எங்கு என்ன பிரச்னை வந்தாலும் ஹிந்துஸ் தானைப் பிடித்துத்தான் உலுக்க வேண்டுமா? இதற்கு ஒரு முடிவு கட்டியே ஆகவேண்டும். உடனடியாகத் தனது படைகளை ஃபிரான்ஸுக்கு ஆதரவாக அனுப்பி வைத்தார் ஹைதர் அலி. கூடுதலாக, பிரிட்டனுக்கு ஒரு செய்தியையும் அனுப்பி வைத் தார். மாஹியிலிருந்து உடனடியாக வெளியேறுங்கள். தவறி னால், உங்கள் ஆளுகைக்கு உட்பட்ட ஆற்காடு பகுதியை நாங்கள் கைப்பற்றவேண்டியிருக்கும்.

பிரிட்டனுக்கு எரிச்சல் மேல் எரிச்சல். மாஹியைத் தாக்கினால் இவருக்கு என்ன ஆகிவிட்டது? எதற்கெடுத்தாலும் ஏன் இவர் சீறுகிறார்? ஒட்டுமொத்த ஹிந்துஸ்தானையும் தானும் தன் மகனும் சேர்ந்து வளைத்துப்போட்டுவிடவேண்டும் என்று நினைக்கிறாரா? மராத்தியர்களையும் ஹைதராபாத் நிஜாமையும் தன் கூட்டணிக்குள் கொண்டு வந்தது போதாதா? மிக மிக ஆபத்தானவர். கிழக்கிந்திய கம்பெனியை ஒழித்துக்கட்ட எதை வேண்டுமானாலும் செய்வார் அவர். மைசூர் இருக்கும்வரை, எந்தவொரு சுப காரியத்தையும் செய்து முடிக்க முடியாது.

ஒரு முடிவுக்கு வந்தார்கள். வெள்ளைக் கொடியை ஏந்திய ஒரு வீரர் ஸ்ரீரங்கப்பட்டிணத்துக்குச் செல்ல வேண்டியது. ஐயா ஹைதர், நாங்கள் உங்களுடன் மல்லுக்கட்ட விரும்பவில்லை, ஃபிரான்ஸின் மீதுதான் எங்களுக்கு விரோதம். அவர்களுடன் தனியாகக் கணக்குத் தீர்த்துக்கொள்கிறோம். அருள்கூர்ந்து எங்களை விட்டுவிடுங்கள். நீங்கள் என் பாசத்துக்குரிய நண்பர். மைசூர் அருகேகூட நாங்கள் காலடி எடுத்து வைக்கமாட்டோம்.

ஆங்கிலேயர்கள் அனுப்பி வைத்த வீரரைச் சந்திக்கக்கூட இல்லை ஹைதர். அதே கொடியோடு அவரைத் திருப்பி அனுப்பி வைத்தார். போருக்கான ஆயத்தங்களைத் தொடங்கினார். மூடர்களுடன் உட்கார்ந்துப் பேசிப் பயனில்லை. வெள்ளைக் கொடியைக் கையால் தொடும் யோக்யதைகூட அவர்களுக்கு இல்லை. மாஹியைப் பிடித்தால் நமக்கென்ன என்று இருந்துவிட முடியாது. இன்று மாஹி. நாளை மைசூர். விட்டுவைத்தால், தலை மீது ஏறி உட்கார்ந்து கொள்வார்கள்.

ஜூன் 1779. பெங்களூரிலிருந்து ஹைதரின் படைகள் அணி வகுத்துத் தயாராயின. நினைத்துப் பார்க்க முடியாத பிரம்மாண்ட அணிவகுப்பு அது. ஒரு லட்சத்துக்கும் அதிகமான படை வீரர்கள். ஹைதர் அலியின் முழுமையான படை வலிமையும் வெளிப் பட்டது அப்போதுதான். மைசூர் வீரர்கள், ஐரோப்பிய உடை களில் பவனி வரும் வீரர்கள், ஆயிரக்கணக்கான குதிரை வீரர்கள். தவிரவும், பிரெஞ்சு வீரர்கள். பாண்டிச்சேரி நோக்கி விரைந் தார்கள்.

எஞ்சியிருக்கும் படைகளைத் திப்பு சுல்தான் திரட்டிக்கொண் டிருந்தார். ஆயிரத்து ஐநூறு வீரர்கள் மட்டுமே இருந்தனர். அதனால் என்ன? திப்புவின் இலக்கு குண்டூர். கர்னல் வில்லியம் பெய்லியின் (Colonel William Baillie) தலைமையில் ஒரு படை குண்டூரில் தயாராக இருந்தது. இவர் தலைமையின் கீழ் இருந்தவர்கள் மொத்தம் ஏழாயிரம் படை வீரர்கள். இவர்கள் இருந்த பகுதியின் பெயர் பொள்ளிலூர்.

பிரிட்டன் தடுமாறியது. ஹைதரும் திப்புவும் ஜோடி போட்டுக் கொண்டு கிளம்பிவிட்டார்கள். அப்பா மெட்ராஸ் நோக்கி. மகன் பொள்ளிலூர். இருவரையும் ஒருசேர ஒழித்துக்கட்ட முடிந்தால் எவ்வளவு நன்றாக இருக்கும். ஒரே போர்க்களம். இரு முக்கியத் தலைகள்.

பிரிட்டன் படைகள் காஞ்சிபுரத்தில் குவிக்கப்பட்டன. வேறு பணிகளுக்காக அக்கம் பக்கத்தில் அனுப்பப்பட்ட அத்தனை அதிகாரிகளையும் வீரர்களையும் திரும்ப அழைத்தார்கள். செய்து கொண்டிருக்கும் வேலைகளை அப்படி அப்படியே போட்டு விட்டுத் திரும்பி வாருங்கள். சர் ஹெக்டர் முன்ரோவும் பாண்டிச்சேரியிலிருந்து வெளியேறி, மெட்ராஸ் வந்து சேர்ந்தார்.

ஹைதர் அலியைப் பிற்பாடு பார்த்துக்கொள்ளலாம். முதலில் திப்பு. வெகு குறைவான படைகளுடன் வந்து கொண்டிருக் கிறான். கொஞ்சம் மெனக்கெட்டால் சிதறடித்துவிடலாம்.

ஹைதருக்குத் தகவல் போய்ச் சேர்ந்தது. திப்புவைத் தனியாக விட்டு வந்தது தப்பு. தன்னிடம் இருந்த படையிலிருந்து உடனடியாகப் பத்தாயிரம் வீரர்களைத் தனியாகப் பிரித்தெடுத்து திப்புவிடம் அனுப்பிவிட முடிவு செய்தார்.

ஹைதர் அனுப்பும் படைக்காக, திப்பு காத்துக்கொண்டிருக்க வில்லை. அவர்கள் வரும்போது வரட்டும். அதுவரை, சும்மா இருக்க வேண்டியதில்லை. பெய்லியின் படைகள் பேரம் பாக்கத்தைக் கடந்து கொண்டிருந்தபோது, தாக்குதலை தொடங்கினார் திப்பு சுல்தான். காஞ்சிபுரத்திலிருந்து பதிநான்கு மைல் தொலைவில் அமைந்திருந்தது பேரம்பாக்கம்.

செப்டம்பர் 6, 1780. 'ம், தாக்குங்கள்!' சிறிய படைதானே சமாளித்துவிடலாம் என்று நினைத்த பெய்லி, உற்சாகமாகத் தனது வீரர்களுக்குக் கட்டளையிட்டார். ஆங்கிலேய வீரர்களும் உற்சாகமாகத்தான் இருந்தனர். ஆனால், சிறிது நேரத்திலேயே பெய்லிக்குத் தெரிந்துவிட்டது. திப்புவைக் குறைத்து மதிப்பிட்டு விட்டோம். உடனடியாக, முன்ரோவைத் தொடர்பு கொண்டார். நாம் நினைத்தது போல் திப்பு ஒரு பொடியனல்ல. பேய்த்தனமாகத் தாக்கிக்கொண்டிருக்கிறான். அவர்களிடம் இருப்பது ஆயிரத்து சொச்சம் பேர்தான் என்றாலும் சமாளிக்க முடியவில்லை. தோற்றுவிடுவோமோ என்று தோன்றுகிறது. முன்ரோ, அலறியடித்துக்கொண்டு ஆயிரம் பேரை பெய்லியிடம் அனுப்பிவைத்தார்.

காஞ்சிபுரம். மரங்கள் அடர்ந்த நீண்ட வெளியில் திப்பு, பெய்லி யின் படைகளை நேரடியாகத் தாக்கத் தொடங்கினார். போர்

தொடங்கிய மறு கணமே பெய்லிக்குச் சில விஷயங்கள் தெளிவாகப் புரிந்துவிட்டன. எண்ணிக்கையில் குறைவாக இருந் தாலும், படை வீரர்கள் ஒவ்வொருவரும் தனித்தனியே பூதமாக இருக்கிறார்கள். அசுர பலம். ஆக்ரோஷம். கண்களும் உதடு களும் துடிக்க வாளைச் சுழற்றுகிறார்கள். அவர்கள் கண்களில் அப்பட்டமாகத் தெரிந்த மூர்க்கம் பெய்லியைக் கதிகலங்கச் செய்தது.

திப்புவைப் பற்றிக் கேள்விப்பட்ட விஷயங்கள் அத்தனையும் உண்மை. நூற்றுக்கு நூறு உண்மை. பொடியன், இளைஞன் என்று யாருமே திப்புவைச் சொல்லமுடியாது. அச்சமின்றி வலம் வருகிறார். தளபதிகளை அவ்வப்போது கூட்டி வைத்துப் பேசுகிறார். சற்று நெருங்கிச் சென்று பார்த்தால் அவரது எழுச்சி மிக்க பேச்சைக் கேட்க முடியும் என்றுதான் தோன்றுகிறது.

எதிரிதான். ஆனாலும் ரசிக்காமல் இருக்க முடியவில்லை.

'எனக்கு ஒரு வாய்ப்பு கொடுங்கள். திப்புவைச் சரிகட்டிவிட்டு வருகிறேன்.'

பெய்லி திரும்பிப் பார்த்தார். கேப்டன் ரும்லே. (Captain Rumley).

'ம். சரி, செல்லுங்கள்' என்றார் பெய்லி.

சிப்பாய்களை அழைத்துக்கொண்டு மாற்றுப்பாதையில் முன் னேறினார் ரும்லே. சில மணி நேரங்கள். ரும்லே அழைத்துச் சென்ற அத்தனை சிப்பாய்களின் உடலும் பத்திரமாகத் திரும்பி வந்து சேர்ந்தது.

கன்னத்தில் கைவைத்து உட்கார்ந்துவிட்டார் பெய்லி. அவரது படைவீரர்கள் அத்தனை பேரும் சோர்ந்திருந்தார்கள். கண்டந் துண்டமாக வெட்டப்பட்டு, திரும்பி வரும் உடல்கள் பீதி யடையச் செய்தன. தோல்வியை அவர்கள் அதுவரை ருசித்த தில்லை. பார்க்கும் பிரதேசங்களை எல்லாம் கொள்ளையடிக்க முடிந்தது. எழும்பும் அத்தனை எதிர்ப்புகளையும் சத்தமில்லாமல் அடக்க முடிந்தது.

ஹிந்துஸ்தானத்தில் காலடி எடுத்து வைத்தபோது படை வீரர் களுக்குச் சிரிப்புதான் வந்தது. என்ன தேசம் இது? சட்டை கூட அணியாமல் சாலையில் திரிந்துகொண்டிருக்கிறார்கள்.

மெட்ராஸில். மலபாரில். காஞ்சிபுரத்தில். முன்னேற்றத்தின் சிறு சுவடு கூடக் காணோம். ராஜாக்கள் அபரிமிதமான வளங்களுடன் ஆடம்பரமாக வாழ்கிறார்கள். ஆனால், மக்களிடம் ஒன்று மில்லை.

தவிரவும், மன்னர்களுக்கிடையே சிறிதளவு ஒற்றுமையும் கிடை யாது. கீரியும் பூனையுமாகத்தான் இருக்கிறார்கள். தொட்டதற் கெல்லாம் சண்டை. தொட்டதற்கெல்லாம் போர். எல்லை விஸ்தரிப்புக்காகச் சண்டையிட்டாலும் பரவாயில்லை. அதில் ஒரு நியாயம் இருக்கும். உப்பு பெயராத காரணங்களுக்காகக் குதிரைகளை ஓட்டிக்கொண்டு சென்றுவிடுகிறார்கள்.

ஒரே விதிவிலக்கு, மைசூர். ஹைதர் அலி, திப்பு சுல்தான். நல்ல வேளை, கிழக்கிந்தியா கால் பதித்தபோது இவர்கள் இல்லை. இருந்திருந்தால், ஓடஓட விரட்டியிருப்பார்கள்.

செப்டம்பர் 8. முன்ரோ மேலும் சில வீரர்களை ஓட்டிவந்தார். அவரைப் பார்த்ததும் பெய்லிக்கும் அவர் வீரர்களுக்கும் கொஞ்சம் தெம்பு வந்தது. கொஞ்சம் நம்பிக்கையும். வீரர்கள் ஆரவாரத்துடன் கையசைக்க ஆரம்பித்தனர். ஆனால், அதற்குள், ஹைதர் அனுப்பிய படை வீரர்கள் திப்புவின் வீரர்களுடன் இணைந்துவிட்டனர். கூடுதல் படைபலம். கூடுதல் உற்சாகம். திப்புவின் அதிரடிகள் உச்சத்தைத் தொட்டன.

ஆங்கிலேயர்களின் சரித்திரத்தில், பெய்லிக்கு வந்ததைப் போன்ற சவால் வேறு எவருக்கும் ஏற்பட்டதில்லை. அலைகடலை அல்ல, ஆர்ப்பரிக்கும் பெரு வெள்ளத்தை எதிர்க்க வேண்டிய நிலை. உடன் இருந்த அத்தனை முக்கிய அதிகாரிகளையும் இழந்தாகிவிட்டது. வீரர்கள் அத்தனை பேரும் சிறையில். அல்லது காயங்களுடன் படுக்கையில்.

விரைவில், பெய்லி சிறைப்பிடிக்கப்பட்டார். பின்னர், ஹைத ரிடம் அழைத்துச் செல்லப்பட்டபோது, பெய்லி ஆச்சரியப் பட்டார். 'உங்கள் மகன், எங்களைத் தோற்கடிக்கவில்லை. எங்களை முற்றிலுமாக நாசப்படுத்திவிட்டார்.'

•

கிழக்கிந்திய கம்பெனி சந்தித்த முதல் பெரும் தோல்வி இது. மாபெரும் தோல்வியும்கூட.

ஆங்கிலேயர்களுக்கு திப்பு சுல்தான் சிம்ம சொப்பனமாக மாறியது இந்தப் போரில்தான். போரில் கலந்துகொண்ட அத்தனை பிரிட்டன் தளபதிகளும், திப்புவின் போர்த் திறனை பக்கம் பக்கமாக விவரித்திருந்தனர். அவர் வில், அம்பு பயன்படுத்தினர் என்றது ஒரு குறிப்பு. மற்றொரு குறிப்பு, அவர் வாள் சுழற்றியதைப் பதிவு செய்திருக்கிறது.

ஒட்டுமொத்த பிரிட்டனையும் அதிர்ச்சிக்குள்ளாக்கிய ஒரு விஷயம், திப்பு பயன்படுத்திய ராக்கெட்டுகள். ராக்கெட்டுகள் புதிதல்ல. ஆனால், திப்பு ராக்கெட்டைப் பயன்படுத்திய விதம் அவர்களைப் பிரமிப்பூட்டியது. முக்கியத் தளபதிகளுக்குத் திப்பு சுல்தான் ராக்கெட் இயக்கம் குறித்த அடிப்படைப் பிரதி ஒன்றைக் கொடுத்திருந்தார். ஃபத்துல் முஜாஹிதின் (Fathul Mujahidin) என்பது அதன் பெயர். ஒவ்வொன்றும் மிகத் துல்லியமான தாக்குதல்கள்.

தவிரவும், ஆங்கிலேயர்களின் இருப்பிடங்களையும் மறைவிடங் களையும் நோக்கி ஏவப்படவில்லை அந்த ராக்கெட்டுகள். ஆயுதக்கிடங்குகளை மட்டுமே தேடி, குறிபார்த்து அழித்தன.

பெய்லி சிறைப்பிடிக்கப்பட்ட பிறகு, சர் ஹெக்ட்ர் முன்ரோ மெட்ராஸ் தப்பிச்செல்ல வேண்டியிருந்தது. மூன்று முக்கிய இந்திய மன்னர்களை வீழ்த்திய பெருமை இவருக்கு இருந்தது. முகலாய மன்னர் ஷா ஆலாம், அவுத் நவாப் ஷுஜா-உத்-தவுலா மற்றும் நவாப் மிர் காசிம். ஆனால் படை வீரர்களை காஞ்சி புரத்திலேயே விட்டுவிட்டு, திப்புவைச் சமாளிக்க முடியாமல் ஓடிப்போனார் இவர்.

திப்புவின் நினைவுகளில் அழுத்தம் திருத்தமாகப் பதிந்துபோன போர் இது. சடார் சடாரென்று கீழே சரிந்து விழும் வீரர்களை உணர்ச்சிகள் ஏதுமற்ற பார்வையில் விழுங்கிக்கொண்டிருந்தார் திப்பு. ஒரே இடத்தில், ஒரே நேரத்தில் இத்தனை ஆயிரம் பேர் உயிரிழைப்பதை முதல் முறையாகப் பார்க்க வேண்டிய நிலை.

இரண்டாயிரம் ஆங்கிலேயர்கள் சிறைப்பிடிக்கப்பட்டார்கள். ஐந்தாயிரம் பேர் கொல்லப்பட்டனர்.

ரத்தம். சதை. எலும்புகள். அபயக்குரல். இரைச்சல். மரணப் பீதி- அத்தனையும் எதிரிகளுடையது. திப்புவுக்குப் புரியவில்லை. இந்தப் போர் உண்மையில் எனக்கு மகிழ்ச்சியைக் கொடுக்க வேண்டும். ஆனால், ஏன் நான் துக்கப்பட்டுக்கொண்டிருக்கிறேன்.

மைசூரிலிருந்து பெரும் திரளாக மருத்துவர்கள் வரவழைக்கப் பட்டிருந்தனர். அழைத்தது திப்பு சுல்தான். அடிபட்டு போராடிக் கொண்டிருக்கும் அத்தனை பேருக்கும் மருத்துவம் பார்க்கப் பட்டது. தீர்க்கமான குரலில் மருத்துவர்களுக்கு உத்தரவிட்டிருந் தார் திப்பு. 'நம் படை வீரர்களுக்கு மட்டுமல்ல, ஆங்கிலேய வீரர்களுக்கும் சிகிச்சை அளிக்கவேண்டும்.'

பெரியப் பெரிய கூடாரங்கள் அமைக்கப்பட்டு, கைதிகளுக்குச் சிகிச்சையளிக்கப்பட்டன. மேற்பார்வை திப்புவுடையது. வலி யால் முனகிக்கொண்டிருக்கும் வீரர்களிடம் குனிந்து அக்கறை யுடன் நலன் விசாரித்தார் திப்பு.

'திப்பு, வா நாம் போகலாம், அவர்கள் பார்த்துக்கொள்வார்கள்.'

ஹைதர் வருந்தி அழைத்தபோதும், பிடிவாதமாக அங்கே அமர்ந் திருந்தார் திப்பு.

'வலி எல்லோருக்கும் பொதுவானதாகவே இருக்கிறது அப்பா. அந்த வலியை நாம்தான் ஏற்படுத்தினோம் என்பதை உணரும் போது மிகவும் அவமானமாக இருக்கிறது.'

ஹைதர் அலிக்குப் புரியவில்லை.

'ஆ, இது நாமே வருந்தி அழைத்துக்கொண்ட போர் கிடையாது என்று உனக்குத் தெரியும்தானே திப்பு. பிறகு ஏன் அவமானம்? உனக்குப் பெரும் கீர்த்தியைக் கொண்டு வந்து சேர்க்கப்போகும் போர் இது.'

திப்பு தலையைத் தாழ்த்திக்கொள்ள, ஹைதர் அவரைத் தன் நெஞ்சோடு சேர்த்து அணைத்துக்கொண்டார்.

'எல்லாம் உனக்குப் பழகிவிடும் திப்பு. உன்னைப் பற்றி ஆங்கி லேய வீரர்கள் பெருமையுடன் பேசிக்கொள்வதை இன்று முழுவதும் கேட்டுக்கொண்டே இருக்கலாம்.'

கீழே விழுந்து கிடந்த ஒரு வாளை வைத்த கண் வாங்காமல் பார்த்துக்கொண்டிருந்தார் திப்பு. அந்த வாளின் முனை சிவந் திருந்தது.

6

கிரீடமும் சிலுவையும்

கோலாருக்குச் சென்று, தன் தந்தைக்கு இறுதிச் சடங்குகளையும் செய்து முடித்தார் திப்பு சுல்தான். செய்ய வேண்டிய பணிகள் பற்றிய நினைவுகள் திப்பு சுல்தானை அரிக்கத் தொடங்கின.

எங்கெல்லாம் ஆங்கிலேயர்கள் அத்து, மீறி ஆக்கிரமிப்பு நடத்துகிறார்களோ அங்கெல் லாம் விரைந்து செல்லவேண்டும். பாதிக்கப்பட்டவர்கள் யாராக இருந்தாலும் சரி, நம் எதிரியாகவே இருந்தாலும் சரி, அவர்களுக்கு ஆதரவாகத் தோள் கொடுத்து நிற்கவேண்டும். ஹைதர் அலி, திப்பு சுல்தானுக்கு அளித்த உத்தரவு இது.

ஹைதர் அலியின் மரணச் செய்தி வந்து சேர்ந்த தினம் திப்பு சுல்தான் மலபார் பகுதியை நோக்கி விரைந்துகொண்டிருந் தார். கர்னல் ஹம்பர்ஸ்டோன் (Colonel Humberstone) என்பவரின் படைகள் மலபார் பகுதிக்குள் அத்துமீறி நுழைந்துவிட்டன.

அவர்களை முறியடிக்கவேண்டும். தவிரவும், மலபாரை ஆண்டு கொண்டிருந்த அர்ஷத் பெக் கான் பகதூரைப் பாதுகாக்க வேண்டும்.

ஹைதரின் உத்தரவை அன்றைய தினம் நிறைவேற்ற முடிய வில்லை. ஆனால், இனியொருமுறை அப்படிச் செய்யக்கூடாது.

இனி, கட்டளையிட ஹைதர் இருக்கமாட்டார். சரியாகச் செய் கிறேனா என்று பார்க்க யாரும் இல்லை. சரியோ தவறோ நான் செய்வதுதான். என் முடிவுகளை நான்தான் எடுக்கவேண்டும். தன்னிச்சையாக நான் எடுக்கும் முடிவுகள் என்னை மட்டுமல்ல, மைசூர் அரசாங்கத்தையும் மைசூர் மக்களையும் சேர்த்தே பாதிக்கும்.

கவனம் முக்கியம். ஒவ்வோர் அடியையும் யோசித்து யோசித்து எடுத்து வைக்கவேண்டும்.

•

கோலாரிலிருந்து இருபது மைல் தொலைவில் அமைக்கப் பட்டிருந்தது அந்தக் கூடாரம். கூடாரத்தின் மத்தியில் ஓர் இருக்கை. திப்பு சுல்தான் அமர்ந்துகொண்டிருந்தார். சுற்றிலும் அதிகாரிகள், ராணுவத் தளபதிகள், அமைச்சர்கள். பிறகு, பூர்ணையா.

ஒருவருக்கும் மூச்சுவிடவேண்டாம் என்று திப்பு சுல்தான் கண்டிப்பான குரலில் சொல்லியிருந்தார். அதுதான் சரி என்று பூர்ணையாவுக்குப் பட்டது. ஆடம்பரங்கள் இல்லை. குதிரைகள், யானைகள், மேள ஒலிகள் எதுவும் இல்லை.

கூடியிருந்தவர்கள் ஹைதர் அலியின் மரணத்துக்கு வருத்தம் தெரிவித்தார்கள். அவருடைய கீர்த்தியை எடுத்துச் சொல்லிக் கொண்டிருந்தார்கள். அவருடன் பழகிய அனுபவங்களை அசைபோட்டுக்கொண்டிருந்தார்கள். திப்பு, எல்லாவற்றையும் மௌனமாக உள்வாங்கிக்கொண்டிருந்தார்.

இரவு நெருங்கிக்கொண்டிருந்தது. இந்து மதப் பண்டிதர்களும் இஸ்லாமிய மௌல்விகளும் அந்தக் கூடாரத்துக்குள் நுழைந் தனர். திப்பு சுல்தான் சலனமற்ற நிலையில் அமர்ந்திருந்தார். அவருக்கு அருகே, மிக அருகே அந்த மேஜை இருந்தது. அழகிய வேலைப்பாடுகள் செய்யப்பட்ட மேஜை. விலை மதிப்பற்ற கற்கள் பதிக்கப்பட்டிருந்த மேஜை. பட்டுத்துணி ஒன்றை மேலே

விரித்து வைத்திருந்தார்கள். மேலே, அந்தக் கிரீடம். திப்பு அதை உற்றுப் பார்த்தார். இது கிரீடமா அல்லது சிலுவையா?

பண்டிதர்களும் மௌல்விகளும் மந்திரங்களை ஜெபித்தபடி கிரீடத்தை எடுத்து திப்பு சுல்தானின் தலையில் சூட்டினார்கள்.

●

கிறிஸ்துமஸ் கொண்டாட்டங்கள் அப்போதுதான் தொடங்கி யிருந்தன. தேவாலயங்களில் சிறப்புப் பூஜைகள் நடந்து கொண்டிருந்தன. எங்கு திரும்பினாலும் விடுமுறைக் கொண் டாட்டங்கள். ஹைதர் அலி இறந்துபோன செய்தி ஆங்கிலேயர் களுக்குக் கிடைத்தது அப்போதுதான். மகிழ்ச்சியில் துள்ளி குதித்தார்கள் அவர்கள். ஆ, இதென்ன ஒரே சமயத்தில் இரண்டு கொண்டாட்டங்களா?

பட்டாசுகள் கொளுத்திப் போடப்பட்டன. வெடி வைத்து உற் சாகத்துடன் கத்தினார்கள். நுரை பொங்கும் மது சீஸாக்கள் உடைக்கப்பட்டன.

'இனி மைசூர் அவ்வளவுதான்!'

'பெரிய புலி மறைந்துவிட்டது.'

'உடனடியாக பிரிட்டனுக்கு இந்த நல்ல செய்தியைத் தெரியப்படுத்தவேண்டும்.'

●

அதிகாலையில் யாருக்கும் தெரியாமல் ஒரு பூ மலர்வதைப் போல் திப்பு சுல்தானின் ஆட்சி மலர்ந்தது. எங்கும் எந்தவிதச் சலனமும் இல்லை.

'பூர்ணையா, எங்கே அந்தத் துரோகிகளின் பட்டியல்?'

சிரத்தையுடன் எடுத்து வந்து நீட்டினார் பூர்ணையா. இடது கையாலேயே அதை வாங்கி சுக்கல்நூறாகக் கிழித்துப்போட்டார் திப்பு சுல்தான்.

'சொந்த இன மக்கள் மீது இனி நான் போர் புரியமாட்டேன். அவர் கள் துரோகிகளாக இருந்தாலும்கூட, அவர்கள் என் மக்கள்.'

'நல்லது திப்பு சுல்தான். ஆனால் ஒரே ஒரு எதிரியை மட்டுமாவது நீங்கள் ஒழித்துக்கட்டத்தான் வேண்டும்.'

‘யார் அவர்?’

‘ஷீக் ஆயாஸிஸ் உங்களுக்குப் பதிலாக உங்கள் சகோதரனை ஆட்சியில் அமர்த்த சதித்திட்டம் போட்டவன். தவிரவும், நம் முக்கியத் தளபதிகள் பலரைத் தன் பக்கம் இழுத்துக் கொண்டவன்.’

‘ஆம், அவனை நான் மறந்துவிடவில்லை.’

‘அது மட்டுமா? மைசூருக்குச் சொந்தமான பொக்கிஷங்களின் ஒரு பகுதியைக் கவர்ந்து சென்றுவிட்டான் அவன்.’

‘ம். அவனை என்ன செய்யவேண்டும் என்று எனக்குத் தெரிந்துவிட்டது.’

ஒரு கடிதத்தை அப்போதே எழுதி கொடுத்தார் திப்பு.

ஷீக் ஆயாஸுக்கு,

> *உன் மீதுள்ள நம்பிக்கையின் அடிப்படையில் என் தந்தை ஒரு பெரிய பதவியை உனக்கு அளித்துள்ளார். அந்தப் பதவிக்கு நீயே களங்கம் கற்பிக்காதே. என் தந்தையின் நம்பிக்கையைச் சிதறடிக்காதே. இதுவரை நீ செய்த அத்தனை தவறுகளையும் நான் மன்னித்துவிடுகிறேன். நீ இழைத்த துரோகங்களை இனி நான் ஒரு போதும், நினைத்துப் பார்க்கமாட்டேன். வருந்தமாட்டேன். உன்னை ஆரத்தழுவிக்கொள்ளவே விரும்புகிறேன்.*

இப்படிக்கு,

திப்பு சுல்தான்.

●

‘திப்பு சுல்தான் பதவியேற்றுவிட்டார். பெரிய புலியின் இடத்தில் சிறிய புலி.’

‘ஆமாம், இனி நம் திட்டம் என்ன?’

‘அப்பா இறந்த சோகத்திலிருந்து மீள திப்புவுக்கு நேரம் பிடிக்கும். தவிரவும், அரியாசனம் அவருக்குப் புதிது. பழகு வதற்கு நேரம் பிடிக்கும். அதற்கு முன்னால் நாம் அவரை வீழ்த்தியாகவேண்டும்.’

ஜெனரல் ஜேம்ஸ் ஸ்டீவர்ட் (James Stuart). புதிதாக மெட்ராஸ் வந்து சேர்ந்திருக்கும் கமாண்டர்-இன்-சீஃப். வந்ததும் வராதது மாக திட்டம் போட ஆரம்பித்திருந்தார். பிரிட்டனிலிருந்து கிளம்பும் அத்தனை அதிகாரிகளுக்கும் போதிக்கப்பட்ட பாடம் இது. நினைவிருக்கட்டும். மைசூர் மிக மிக ஆபத்தான பிரதேசம். புதிதாகப் பொறுப்பேற்றுள்ள திப்புவிடம் கூடுதல் ஜாக்கிரதை யுடன் இருக்கவேண்டும். பிற சமஸ்தானங்களைப் பற்றிக் கவலையில்லை.

ஆகவே, ஒவ்வொருவருக்கும் அந்தக் கனவு இருந்தது. பிரிட்டன் அரசே அஞ்சி நடுங்கும் அந்தத் திப்பு சுல்தானை மட்டும் வீழ்த்திவிட முடிந்தால் எத்தனை நன்றாக இருக்கும்? எலிஸபெத் மகாராணியிடமிருந்து மாலையும் மரியாதையும் வந்து சேரும். பெரும் பதவிகள் கிடைக்கும். கோட் காலரில் குத்திக்கொள்ள ஏகப்பட்ட நட்சத்திரங்கள் கிடைக்கும்.

கனவுகளுடன் படைகளைத் திரட்டிக்கொண்டு யுத்தத்துக்குப் போனார் ஜேம்ஸ் ஸ்டீவர்ட். திப்புவுக்கு விஷயம் சென்று சேர்ந்தது. திப்புவின் படைகள் பாதி வழியிலேயே அவரைச் சந்தித்தன. வீழ்த்தின. நிலைகுலைய வைத்தன.

ஜெனரல் மாத்யூஸின் திட்டம் வேறு. ஷீக் ஆயாஸைச் சந்திக்க வேண்டும். உட்கார்ந்து பேசி, ஒப்பந்தம் ஒன்றைத் தயார் செய்யவேண்டும். சுலபமாகவே முடிந்தது அந்தக் காரியம்.

நீட்டிய இடத்தில் கையெழுத்துப் போட தயாராக இருந்தார் ஷீக் ஆயாஸ். அவரது ஆட்சிக் கனவு ஆட்டம் கண்டுவிட்டது. போட்டு வைத்திருந்த அத்தனை திட்டங்களும் வீண். வா, அணைத்துக்கொள்கிறேன் என்று கடிதம் எழுதுகிறார் திப்பு. அணைத்துக்கொள்ளவா செய்வார் அவர்? கொன்றே போட்டு விடுவார். ம்ஹூம். தலையே போனாலும் திப்புவிடம் போகக் கூடாது.

ஆனால், ஆங்கிலேயர்கள் அப்படியில்லை. கணவான்கள். விஷயம் தெரிந்தவர்கள். அவர்களுக்கு உதவி செய்தால் பிரதி உபகாரம் கிடைக்கும்.

ஆங்கிலேயர்களைக் கவர்வதற்காகவே சில காரியங்களைச் செய்வது ஷீக் ஆயாஸின் வழக்கம். இடைநிலை அதிகாரிகளாகப் பார்த்து சிறைபிடிப்பார். பின்னர், சமயம் பார்த்து அவர்களை

விடுவிக்கவும் செய்வார். அதற்கு ஈடாக வேறு உபகாரங்களைப் பெற்றுக்கொள்வார். படைகள் அல்லது ஆயுதம். வேறு என்ன?

இப்போதும் அதைத்தான் செய்தார். ஜெனரல் மாத்யூஸைக் கவர்வதற்காகச் சிறையில் இருந்த ஒரு வெள்ளைக்கார அதிகாரியை விடுவித்தார். மகிழ்ந்து போனார் மாத்யூஸ்.

'உங்களுக்கு என்ன வேண்டும் கேளுங்கள்!' என்றார் மாத்யூஸ்.

'அதனாலென்ன துரை, பரவாயில்லை. எதையும் எதிர்பார்த்து நான் உதவி செய்வதில்லை.'

'பரவாயில்லை. எல்லாமே வர்த்தகம்தான். வெறுமனே ஒரு உதவியைப் பெற்றுக்கொண்டுச் செல்வதற்கு எங்களுக்கு மனமில்லை. அது எங்கள் கலாசாரமும் அல்ல.'

'சரி அப்படியானால், எனக்குப் பாதுகாப்பு அளியுங்கள். திப்பு சுல்தான் என்னைச் சும்மா விடமாட்டார். கவர்னர் பதவியிலிருந்து என்னை நீக்கி, என்னைச் சிறைப்பிடித்தாலும் பிடிப்பார்.'

'ஆ, அத்தனைப் பொல்லாதவரா திப்பு?'

'ஐயோ, மிகவும் கொடூரமானவர். அவர் அப்பா மிகவும் நல்லவர். அவருடன் எனக்கு நல்ல சிநேகம் இருந்தது. ஆனால், பையன் நேர் எதிர்.'

'கவலைவேண்டாம். நீங்கள் கவர்னராகவே நீடிப்பீர்கள். இது என் உறுதிமொழி.'

'மிக்க நன்றி.'

'ஆனால் அதற்குப் பதிலாக நீங்கள் எனக்கொரு உதவி செய்ய வேண்டும்.'

ஷீக் ஆயாஸ் யோசித்தார். இதென்ன? ஆங்கிலேய அதிகாரியை விடுவித்தேன். அதற்குப் பதிலாகப் பாதுகாப்பு ஏற்பாடுகள் கேட்டேன். வர்த்தகம் முடிந்துவிட்டது அல்லவா? இன்னும் என்ன எதிர்பார்க்கிறார் அவர்?

மாத்யூஸ் புன்னகை செய்தார்.

'பெத்னூர், அனந்த்பூர் போன்ற பிரதேசங்கள் எங்கள் பிடிக்குள் வந்துசேரவேண்டும்.'

ஆ, இதென்ன கிணறு வெட்ட பூதம் கிளம்புகிறதே. வெள்ளை பூதம்.

மாத்யூஸ் புரியவைத்தார். 'யோசித்துப் பாருங்கள். நாங்கள் ஆயிரம்தான் உங்களை பாதுகாத்தாலும், திப்பு உங்களை வளைத்துப் பிடித்துவிடுவார். இன்றில்லாவிட்டால் நாளை. இல்லாவிட்டால் நாளை மறுநாள். ஒரே வழி, பெத்னூரை எங்களுக்குத் தாரைவார்த்துக் கொடுப்பதுதான். எங்கள் கண்ட்ரோலுக்கு வந்துவிட்டால், பிறகு, உங்களை ஒரு பயல் கேள்விகேட்க முடியாது.'

அதுவும் சரிதான் என்று தோன்றியது ஷீக் ஆயாஸுக்கு.

அதே இடத்தில் வைத்து, பெத்னூர் நகரத்தை பிரிட்டனுக்கு அளித்தார் ஷீக் ஆயாஸ். அடுத்து அனந்த்பூர். ஆனால் இங்கே ஷீக் ஆயாஸ் ஒரு சிக்கலைச் சந்திக்க வேண்டியிருந்தது.

அனந்த்பூரை நிர்வகித்துக்கொண்டிருந்தது நாராயண் ராவ். ஷீக் ஆயாஸுக்கு இருப்பதைப்போன்ற தேச பக்தி அவரிடம் இல்லை. நீதி, நியாயம் பேசும் அந்தக் கால மனிதர். ஹைதர் அலி, திப்புவைக் கேட்டுத்தான் எதையும் செய்வேன் என்று அடம் பிடிப்பவர். திப்புவின் மீது மதிப்பும் மரியாதையும் கொண்டவர். தும்மல் வந்தால்கூட, அவசர அவசரமாகத் திப்புவுக்கு ஒரு துண்டு காகிதம் அனுப்பிவிட்டுத்தான் தும்முவார்.

என்ன செய்யலாம்? ஷீக் ஆயாஸுக்கு ஒரு யோசனை தோன்றியது. உடனடியாக ஒரு போலி அரசாங்க ஆணையைத் தயார் செய்தார். 'நாராயண் ராவ், பல்வேறு காரணங்களுக்காக அனந்த்பூரை ஆங்கிலேயர்கள் வசம் விட்டுவிட முடிவுசெய் திருக்கிறேன். ஆகவே, அவர்களிடம் சரணடைந்துவிடுங்கள். ஏன் எதற்கு என்று இப்போது கேட்கவேண்டாம்.'

ஒரு குதிரை வீரன் மூலமாகச் செய்தியை அனுப்பிவிட்டு, காத்திருந்தார் ஷீக் ஆயாஸ். அரசாங்கத்தின் சார்பாக ராணுவ முடிவுகளை எடுக்கும் அதிகாரம் ஷீக் ஆயாஸுக்கு இருந்தது.

நாராயண் ராவுக்கு ஒன்றும் புரியவில்லை. அரசாங்க முத்திரை இருக்கிறது. ஷீக் ஆயாஸின் பெயரும் இருக்கிறது. ஏன் எதற்கு என்று கேட்கக்கூடாது என்பது உத்தரவு. ஆனால் எப்படி? ஆங்கிலேயர்களைக் கண்டாலே திப்புவுக்கு ஆகாது. இப்படி ஓர்

உத்தரவை அவர் அளிப்பாரா? ஏதாவது வில்லங்கம் இருக்குமா? ஒரு வேளை, ஷேக் ஆயாஸின் பெயரைப் பயன்படுத்தி எதிரிகள் இந்தக் கடிதத்தை அனுப்பியிருந்தால்?

நாராயண் ராவ் ஒரு வேலை செய்தார். சட்டென்று ஒரு கடிதம் எழுதினார் ஷேக் ஆயாஸுக்கு. இப்படி ஒரு கடிதம் உங்களிட மிருந்து வந்ததா? நீங்கள் சொல்லியிருப்பதுபோல் செய்யலாமா? இன்னொரு கடிதத்தையும் எழுதினார் ஷேக் ஆயாஸ். அது திப்பு சுல்தானுக்கு.

அதிர்ந்து போனார் திப்பு. உடனடியாக நாராயண் ராவுக்கு ஒரு எச்சரிக்கைக் கடிதத்தை அனுப்பினார். கூடவே, தன் படை களையும்.

ஆனால் அதற்குள் ஷேக் ஆயாஸ் விழித்துக்கொண்டுவிட்டார். ஆங்கிலேயர்களிடம் ஓடினார். என் திட்டம் சொதப்பிவிட்டது. ஆனால் கவலை வேண்டாம். இந்நேரம் திப்பு சுல்தானுக்குச் செய்தி போய்ச் சேர்ந்திருக்கும். அவர்கள் வருவதற்குள் அனந்த்பூரை கைப்பற்றிக்கொள்ளுங்கள்.

ஆங்கிலேயர்கள் சுறுசுறுப்புடன் தயாரானார்கள். முதலில் ஆள் அனுப்பினார்கள். உங்கள் கோட்டையைச் சுற்றி வளைத்துக் கொண்டிருக்கிறோம். அதற்குள் நீங்கள் சரணடைந்துவிட்டால், உங்களை ஒன்றும் செய்யமாட்டோம்.

நாராயண் ராவ் சரணடையவில்லை. தன் வசமிருந்த படைகளைத் தயார்ப்படுத்தினார். குறைவான படை வீரர்கள்தான் இருந் தார்கள். ஆங்கிலேயர்களைச் சமாளிப்பது சாத்தியமில்லை. ஆனால் என்ன செய்வது? திப்பு என் மீது வைத்திருக்கும் நம்பிக் கையைச் சிதறடிக்கக்கூடாது. உயிர் போனால் போகட்டும்.

நாராயண் ராவின் கோட்டை சுற்றி வளைக்கப்பட்டது. வெளி யில், துப்பாக்கிகள் வெடித்துக்கொண்டிருப்பதை அவரால் தெளிவாகக் கேட்க முடிந்தது. மலைப்பாம்பு. கொஞ்சம் கொஞ்சமாக விழுங்கிக்கொண்டிருந்தது. கதவுகளைத் தகர்த்து எந்த நேரமும் அவர்கள் உள்ளே நுழையலாம்.

தயாராக இருந்தார் நாராயண் ராவ். தடதடக்கும் சத்தத்துடன் உள்ளே நுழைந்தனர் ஆங்கிலேயர்கள். நாராயண் ராவ் கைது செய்யப்பட்டார்.

'நாங்கள் சொல்வதை இப்போதாவது கேட்பீர்களா?'

'மாட்டேன்.'

அடுத்த நிமிடம் நாராயண் ராவ் கொல்லப்பட்டார்.

ஜெனரல் மாத்யூஸ் உற்சாகத்தில் துள்ளி குதித்தார். ஆ, முதல் வெற்றி. திப்பு சுல்தானின் ஆட்சிக்கு உட்பட்ட ஒரு பிர தேசத்தைச் சுற்றி வளைத்துவிட்டோம். சரித்திரத்தில் மிக முக்கியமான நாள். தனிப்பட்ட முறையில் எனக்குக் கிடைத்த மாபெரும் வெற்றி. துடிப்பான முதல் வெற்றி. அதுவும் திப்புவுக்கு எதிராக.

ஒவ்வொரு தளபதியையும், ஒவ்வொரு படைவீரரையும் உற்சாகம் தொற்றிக்கொண்டது. கூடவே வெறியும்.

யாரோ ஒரு தளபதி எங்கோ ஒரு மூலையிலிருந்து கத்தினார்.

'வீரர்களே, இது திப்புவின் பிரதேசம். என்னவெல்லாம் செய்ய லாம் என்று தோன்றுகிறதோ அத்தனையும் செய்துகொள்ளுங் கள். உங்கள் அனைவருக்கும் பரிபூரண சுதந்தரம் அளிக்கப் பட்டிருக்கிறது.'

ஹோவென்ற இரைச்சலுடன் திபுதிபுவென்று கோட்டைக்குள் நுழைந்தார்கள் படைவீரர்கள். மற்றொரு படை, வீதிக்குள் நுழைந்தது. வீட்டுக் கதவுகளைத் தட்டி, உடைத்து உள்ளே புகுந் தார்கள். கையில் கிடைத்ததை வாரிச்சுருட்டிக்கொண்டார்கள்.

வாழ்வில் எப்போதாவதுதான் இதுபோன்ற சந்தர்ப்பம் கிடைக் கும். கிடைக்கும்போதே அனுபவித்துவிட வேண்டியதுதான். பெண்களின் நகைகள், உடைமைகள், உடைகள் எதையும் விட்டுவைக்கவில்லை. எதிர்க்கும் அத்தனை பேரையும் சுட்டுக் கொன்றார்கள். யோசிக்கவேயில்லை அவர்கள். பூட்ஸ் காலால் ரத்தத்தை மிதித்துக்கொண்டு ஓடினார்கள்.

பிறகு, பெண்கள். தோராயமாக நானூறு பெண்கள், பாலியல் பலாத்காரம் செய்யப்பட்டு கொல்லப்பட்டனர். பின்னர் வெளியான பிரிட்டன் ஆவணங்களில் இருந்து வெளியான தகவல் இது. வெறிபிடித்து ஓடிவரும் வீரர்களிடமிருந்து தப்பிக்க, பல பெண்கள் கிணறுகளிலும் ஆழமான நீர்தேக்கங் களிலும் பாய்ந்து விழுந்து செத்துப்போனார்கள்.

ஏப்ரல் 28, 1783. திப்பு சுல்தான் காலடி எடுத்து வைக்கும்போது, அனந்த்பூர் தெருக்களில் ரத்த ஆறு ஓடிக்கொண்டிருந்தது.

திரும்பும் மூலையெல்லாம் கண்ணீர். ஒப்பாரி. வீடுகள் எரிந்துகொண்டிருந்தன. திப்பு சுல்தானின் படைகள் அனந்த்பூர் கோட்டையைச் சுற்றி வளைத்தது. ஆங்கிலப் படை வீரர்கள் துரத்தித் துரத்தி வேட்டையாடப்பட்டனர்.

இரண்டு கைகளையும் மேலே தூக்கியபடி முன்னால் நடந்து வரும் மாத்யூஸைப் பார்க்கும்போது, ரத்தம் கொதித்தது திப்பு சுல்தானுக்கு.

ஷேக் ஆயாஸ் பம்பாய்க்குத் தப்பிச்சென்றுவிட்டார். அழுது வடிந்துகொண்டே. அவரிடம் இருக்கும் அத்தனை பொக்கிஷங் களையும் மாத்யூஸ் கொள்ளையடித்திருந்தார். அங்கேயே வைத்திருந்தால் ஆபத்து என்று தெரிந்து வேறு நபர்கள் மூல மாகப் பாதுகாப்பான பகுதிக்கு அவற்றையும் அனுப்பியும் வைத்திருந்தார்.

மல்லாந்து படுத்தபடி உயிரை விட்டிருந்தார் நாராயண் ராவ். சுற்றிலும், பிரேதங்கள். இரண்டு கைகளாலும் தலையை அழுத்திப் பிடித்தபடி வெளியே வந்தார் திப்பு சுல்தான்.

●

இக்ரமுல்லா. திப்பு சுல்தானின் படையில் பணிபுரியும் கேப்டன். தன் திறமையால் திப்புவை வசீகரித்த நிஜ வீரன். இக்ர முல்லாவைப் பற்றிப் பலமுறை பல்வேறு ஆள்களிடமிருந்து நல்ல சான்றிதழ் வந்திருக்கிறது. அவரது வீரத்தைப்பற்றி. கடமையுணர்வைப் பற்றி. தேச பக்தியைப் பற்றி.

இக்ரமுல்லா ஆக்ரோஷத்துடன் போரிட்டதை அனந்த்பூரில் முதல் முறையாக நேரடியாகப் பார்த்தார் திப்பு சுல்தான். ஜெனரல் மாத்யூஸைச் சிறையில் வைத்து கண்காணிக்கும் பொறுப்பை இக்ரமுல்லாவிடம் ஒப்படைத்தார் அவர்.

மறுநாள். திப்பு சுல்தானுக்கு ஒரு செய்தி. ஜெனரல் மாத்யூஸ் இக்ரமுல்லாவால் கொல்லப்பட்டார்.

சுறுசுறுவென்று கோபம் உச்சிக்கு ஏறிவிட்டது திப்பு சுல்தா னுக்கு. இக்ரமுல்லா கைது செய்யப்பட்டு, இழுத்துவரப் பட்டார். வீங்கிய முகத்துடன் வந்து சேர்ந்தார் இக்ரமுல்லா.

'ஆ, உன் மீது எத்தனை நம்பிக்கை வைத்திருந்தேன். இப்படி ஒரு காரியத்தைச் செய்துவிட்டாயே, ச்சீ.'

தாழ்த்திய தலையை நிமிர்த்தவில்லை இக்ரமுல்லா.

'நாளை என்னைப் பற்றி எல்லோரும் என்ன பேசிக்கொள்வார்கள்? சிறைக்கைதிகளை மிருகத்தனமாகக் கொல்லும் மிருகம் என்று தானே. சரித்திரத்தில் ஓர் அவமானச் சின்னமாக என்னை நிறுத்தி வைக்கவேண்டும் என்பதுதான் உன் விருப்பமா?'

இக்ரமுல்லா அலறினார்.

'ஐயோ, சுல்தான். உங்களுக்காக உயிரையும் கொடுக்க சித்தமாக உள்ளேன் நான். ஆனால் அந்த மிருகம் செய்த அட்டூழியங்கள்...'

அவரைப் பேச அனுமதிக்கவில்லை திப்பு சுல்தான்.

'ஆயிரம் காரணங்களை நீ சொல்லலாம். நீ சொல்வதைப்போல் அவன் ஒரு மிருகமாகவேகூட இருக்கலாம். ஆனால், அவன் நம் கைதி. சரணடைந்த கைதி. என் பாதுகாப்பில் இருந்த அவனைக் கொன்ற நீதான் மிருகம்.'

இக்ரமுல்லா சிறையில் அடைக்கப்பட்டார். அன்று இரவு சிறை அதிகாரிகளிடமிருந்து மற்றொரு செய்தி. சவரம் செய்ய பயன்படுத்தப்படும் சிறு கத்தியைக் கொண்டு தன் கழுத்தைத் தானே அறுத்துக்கொண்டுவிட்டான் இக்ரமுல்லா.

அடக்க முடியாத வருத்தத்தால் தள்ளாடிப்போனார் திப்பு சுல்தான். இக்ரமுல்லா ஏன் அப்படி அவசரப்பட்டான்? மறுநாள் அதற்கான விடை கிடைத்தது.

இக்ரமுல்லா, அனந்த்பூரைச் சேர்ந்தவர். திருமணமாகி ஒரு குழந்தையும் உண்டு. சில நாள்களுக்கு முன்பு, ஜெனரல் மாத்யூஸின் ஆள்கள் வீடுவீடாகப் புகுந்து அழகியப் பெண்களை கவர்ந்து சென்றிருக்கிறார்கள். ஜெனரலுக்கு விருந்து படைக்க. அவர்களில் இக்ரமுல்லாவின் மனைவியும் ஒருவர். குழந்தை யோடு சேர்த்து அவரையும் இழுத்து வந்திருக்கிறார்கள். கட்டளைக்குக் கீழ்ப்படிய அவர் மறுத்ததால், கோபம் கொண்ட மாத்யூஸ் குழந்தையை வாங்கி வீசியெறிந்து கொன்றிருக்கிறார். பிறகு, பாலியல் பலாத்காரம் செய்திருக்கிறார். தன் மனைவி, மகன் இருவரையும் கொன்ற ஜெனரலையே தன்னிடம் பாது காப்பதற்காக ஒப்படைத்ததால், இக்ரமுல்லா தடுமாறி விட்டான்.

திப்பு பூர்ணையாவை அழைத்தார்.

‘இக்ரமுல்லாவைப் போலவே நானும் உணர்ச்சிகளுக்கு இடம் கொடுத்துவிட்டேன். இக்ரமுல்லா எதற்காக அவரைக் கொன்றிருக்கக்கூடும் என்பதை நான் காதுகொடுத்துக் கேட்கவேயில்லை.’

‘அது உங்கள் தவறு அல்ல, சுல்தான்.’

‘இல்லை பூர்ணையா. என்னைச் சமாதானப்படுத்த முயற்சிக்காதீர்கள். ஆங், நீங்கள் ஒரு வேலை செய்யுங்கள். ஜெனரல் மாத்யூஸுக்கு நான் மரண தண்டனை அளித்ததைப் போன்ற ஆணை ஒன்றைத் தயார் செய்யுங்கள்...’

‘பிற்காலத்தில்...’

‘பிற்காலத்தில் என்னைச் சபிப்பார்களா? பரவாயில்லை. என் படைத்தளபதி மீது பழி வந்து சேரக்கூடாது. அதுதான் எனக்கு முக்கியம்.’

●

அனந்த்பூரிலிருந்து திப்பு தனது போரை விரிவுப்படுத்தினார்.

திப்பு, மங்களூர் வந்திருக்கிறார் என்னும் செய்தி வந்து சேர்வதற்குள் மங்களூரிலுள்ள ஆங்கிலேயர்களின் படைகளை திப்பு சிதறடித்திருந்தார். அடுத்து கடப்பாவுக்கு வருவாரா? பாதுகாப்பைப் பலப்படுத்துவதற்குள் திப்புவின் படைகள் கடப்பாவுக்குள் நுழைந்திருந்தன. கைப்பற்றியிருந்த கோட்டைகளை அப்படியே விட்டுவிட்டு ஓடி ஒளிவதற்கு மட்டுமே ஆங்கிலேயர்களுக்கு நேரம் இருந்தது. எதிர்ப்பாவது? போராவது?

சையத் மொஹமத். துரோகிகள் பட்டியலில் இருந்த பெயர். கப்பென்று பிடித்து வந்து திப்புவின் முன்னால் நிறுத்தினார்கள் வீரர்கள். நூற்றுக்கணக்கான மைசூர் வீரர்களின் சாவுக்குக் காரணமாக இருந்தவன். கூடவே இருந்து அவ்வப்போது ஆங்கிலேயர்களுக்குத் துப்பு அளித்தவன்.

‘ஒழிந்துபோ! இன்னொரு முறை என் முன்னால் வராதே!’ என்றார் திப்பு சுல்தான்.

திப்புவின் கமாண்டர், கமார்-உத்-தீன் தாங்க மாட்டாமல் வெடித்துவிட்டார்.

'இவன் ஒரு பச்சைத் துரோகி. இவனை உயிருடன் விட்டு வைக்கலாமா?'

'நான் உங்கள் மன்னர். என் ஆணைக்குக் கீழ்ப்படிவதுதான் உங்களுக்கு நல்லது.'

'ஆனால்...'

'அவனைக் கொல், இவனைக் கொல் என்று ஆணையிடுவது மட்டும்தான் ஒரு மன்னரின் வேலையா? அதை மட்டும்தான் நீங்கள் ஒரு மன்னரிடமிருந்து எதிர்பார்க்கிறீர்களா?'

●

பெத்னூரில் அடி. கடப்பா காலி. மங்களூரில் படு தோல்வி. ஆனால், ஆங்கிலேயர்கள் இன்னமும் அடங்கவில்லை. எல்லா சமஸ்தானங்களுக்கும் எல்லா சிறிய, பெரிய, குறுநில, நீண்டநில மன்னர்களுக்கும் அச்சடித்த செய்தி ஒன்றை அனுப்பி கான்வாஸ் செய்ய ஆரம்பித்தார்கள்.

செய்தி இதுதான்.

எல்லோரும் ஒன்றுசேர்ந்து போராடினால், நிச்சயம் திப்புவை அகற்றிவிட முடியும். உங்களால் முடிந்த அளவுக்கு எங்களுக்கு உதவுங்கள். மற்றதை, நாங்கள் பார்த்துக்கொள்கிறோம். உங்களைப் பாதுகாக்கவேண்டிய பொறுப்பு எங்களுடையது. ஹிந்துஸ்தான் எங்கள் பிடியில் வந்த பின்பும், அவரவருடைய பதவியில் அவரவர் நீடிக்கலாம்.

திப்பு சுல்தானிடம் பணிபுரியும் தளபதிகளையும் அதிகாரிகளை யும் படை வீரர்களையும்கூட இரு கரம் கூப்பி அன்புடன் வரவேற்கிறோம். திப்பு அளிக்கும் சம்பளம், வெகுமதியைவிட பன்மடங்கு அதிகமாக எங்களால் அளிக்கமுடியும். அது உங்களுக்கே தெரியும் என்று நம்புகிறோம்.

தங்கத்தையும் முத்தையும் வைரத்தையும் மட்டுமல்ல, பெரும் நிலப்பரப்புகளையும்கூட வெகுமதியாக அளிக்க நாங்கள் தயாராக இருக்கிறோம்.

ஒன்று திரள்வோம். போராடுவோம். ஹிந்துஸ்தான் வாழ்க. சர்வ வல்லமை பொருந்திய எலிஸபெத் மகாராணி வாழ்க.

சரி, இந்தச் செய்தியை எப்படி அனுப்புவது? வீரர்களிடம்

கொடுத்தனுப்பினால் திப்புவின் ஆள்கள் விடமாட்டார்கள். வேறொரு வழி கிடைத்தது. அவசர அவசரமாக ஆள்களைப் பிடித்தார்கள். மதப் பிரசாரம் செய்வதுதான் அவர்கள் வேலை. பெரும் பணத்தைக் கையில் திணித்தார்கள். கூடவே அந்தக் கடிதத்தையும்.

●

இதற்கிடையில், இங்கிலாந்துக்கும் ஃபிரான்ஸுக்கும் இடையே வெர்ஸைல்ஸில் அமைதி ஒப்பந்தம் கையெழுத்தானது. இது நடந்தது ஜூன் 1783-ல்.

திப்புவிடம் மாட்டிக்கொண்டு விழிபிதுங்கிக்கொண்டிருந்த ஆங்கிலேயர்களுக்கு இந்தச் செய்தி, தேனைப்போல் இனித்தது. காரணங்கள் இரண்டு. ஒன்று, ஃபிரான்ஸுக்கும் திப்புவுக்கும் உள்ள உறவு அறுந்துபோகும். அதனால், ஃபிரான்ஸ், தனது படைகளை திப்புவிடமிருந்து விலக்கிக்கொள்ளும். இரண்டு, ஆங்கிலேயர்களுக்கு ஃபிரான்ஸ் நட்புக்கரம் நீட்டலாம்.

அவர்கள் எதிர்பார்த்ததுபோல்தான் நடந்தது. ஃபிரான்ஸ் தனது படைகளைத் திப்புவிடமிருந்து திரும்பப்பெற்றுக்கொண்டது.

கமார்-உத்-தீன் உணர்ச்சிவசப்பட்டு கத்தினார்.

'இது நமக்கு மிகப் பெரிய அடி. ஃபிரான்ஸ் இப்படிச் செய் திருக்கக்கூடாது.'

திப்பு அவரை அமைதிப்படுத்தினார்.

'உண்மையில் ஃபிரான்ஸ் நமக்கு நன்மை செய்திருக்கிறது. படை களை அனுப்பிவிட்டு, அதற்கு ஈடாக அவர்கள் நம்மிடமிருந்து நிறைய எதிர்பார்க்கிறார்கள். இனி, நம் ஆள்கள் மட்டும்தான் நம் படையில் இருப்பார்கள். இது நல்லதுதானே!'

'நல்லதுதான். ஆனால், பிரான்ஸ் வீரர்கள்மீது உங்களுக்குத் தனிப்பட்ட அன்பு இருந்தது அல்லவா?'

'உண்மைதான். தொழில்நுட்ப ரீதியாக அவர்களிடமிருந்து நாம் சில பல விஷயங்களைக் கற்றுக்கொண்டோம். ஆனால், அதற்காக அவர்கள் எப்போதும் நம்மிடம் தங்கியிருக்க வேண்டும் என்பதல்ல. ஃபிரான்ஸாக இருந்தாலும் சரி. இங்கிலாந்தாக இருந்தாலும் சரி. அந்நிய சக்திகளின் உதவியை

நாம் நம்பவேண்டியதில்லை.'

'ம், புரிகிறது.'

'எப்போதும் இதை நினைவில் வைத்துக்கொள். நமக்கான யுத்தத்தை நாம்தான் நடத்தவேண்டும்.'

●

ஆங்கிலேயர்கள் அனுப்பி வைத்த கடிதங்களை எல்லோரும் கசக்கி குப்பைத்தொட்டியில் வீசினார்கள். திப்புவின் எதிரிகள் என்று நிச்சயமாகத் தெரிந்தவர்கள்கூட, ஆங்கிலேயர்களுக்கு ஆதரவாகத் திரள மறுத்தனர். புரிபடாத விசித்திரமாக இருந்தது ஆங்கிலேயர்களுக்கு. இதென்ன பைத்தியக்காரத்தனம். கீரியும் பாம்புமாக இருக்கிறார்கள். சண்டை போட்டுக்கொள்கிறார்கள். சரி, எங்களுடன் வா ஒன்றாகச் சண்டை போடலாம் என்று அழைத்தால் முறுக்கிக்கொள்கிறார்களே!

வேறு வழியே இல்லை. சரணாகதிதான்.

வெள்ளைக் கொடியை ஏந்தியபடி வந்து நின்ற அந்த மூன்று அதிகாரிகளை வரவேற்று உட்கார வைத்தார் திப்பு சுல்தான்.

'உங்களுக்கு என்ன வேண்டும்?'

'அமைதி!'

மூவரும் ஒரே குரலில் சொன்னார்கள்.

திப்புவுக்குச் சிரிப்பு வந்துவிட்டது.

'நானும் ரொம்ப நாளாக அதைத்தான் தேடிக்கொண்டிருக் கிறேன். உங்கள் மூலமாக அமைதி கிடைத்தால் அதில் எனக்குப் பெரும் மகிழ்ச்சிதான்.'

கூடிய விரைவில், மங்களூரிலிருந்தும்கூட அமைதிக்கான அழைப்பு வந்திருந்தது. மங்களூர் கோட்டையை ஏற்கெனவே சுற்றி வளைத்தாகிவிட்டது. ஆனால், கமாண்டர் காம்ப்பெல் கோட்டையை விட்டு வெளிவரவில்லை. தொடர்ந்து போராடிக் கொண்டே இருந்தார்.

நாள் கணக்கில், வாரக் கணக்கில், மாதக்கணக்கில் மோதல்கள் நீடித்துக்கொண்டிருந்தன. ஆள்கள் சரியச் சரிய கோட்டையை மேலும் மேலும் பலப்படுத்திக்கொண்டே வந்தார் காம்ப்பெல்.

நீயா நானா பார்த்துவிடுவோம் என்னும் வெறியுடன் அவர் இருப்பதை திப்புவால் புரிந்துகொள்ள முடிந்தது.

கோட்டைக்குச் செல்லும் பாதையை அடைத்துவிட்டால் போதும். உணவு போவதற்கு வழி இருக்காது. ஒன்று காம்ப்பெல் இறந்து போவார். அல்லது சரணடைந்துவிடுவார். ஆனால், திப்புவுக்கு அதில் சம்மதமில்லை. காம்ப்பெல் ஓர் எதிரிதான். ஆனால், அவர் வீரம் பாராட்டுதலுக்குரியது. இறுதிவரை போராடும் அவரது பேராண்மை வணக்கத்துக்குரியது. அப்படித் தான் நினைத்தார் திப்பு.

இறுதியா, இதற்கு மேல் தாங்க முடியாது என்னும் சூழலில், கோட்டைக் கதவைத் திறந்து வெளியில் வந்தார் காம்ப்பெல். சரணடைவதற்காக. திப்புவும் அப்போது வெளியில் இருந்தார். அவரை ஒரு முறை பார்த்துவிட வேண்டும் என்னும் ஆவல், குறுகுறுப்பு.

யாரும் எதிர்பார்க்காத சமயத்தில், தன்னிச்சையாக காம்ப் பெல்லைப் பார்த்து ஆங்கிலேயர்கள் பாணியில் ஒரு சல்யூட் அடித்தார் திப்பு.

ஆச்சரியத்துடன் பதில் வணக்கம் அளித்த காம்ப்பெல்லைப் பார்த்து மெய்யான உணர்வோடு சொன்னார் திப்பு.

'உங்கள் கடமைகளை மிகச் சரியாக நீங்கள் செய்து முடித் திருக்கிறீர்கள்.'

காம்ப்பெல்லின் குரல் தழுதழுத்துவிட்டது.

'எனக்குக் கிடைத்த மிகப் பெரிய பாராட்டாக நான் இதனை எடுத்துக்கொள்கிறேன்.'

●

மார்ச் 11, 1784-ம் ஆண்டு மங்களூர் ஒப்பந்தம் கையெழுத்தானது. மைசூரும் கிழக்கிந்திய கம்பெனியும் செய்துகொண்ட இந்த ஒப்பந்தம் இருதரப்பு அமைதியை முன்னிறுத்தியது. அமைதியை?

7

பாவங்கள் மன்னிக்கப்படும்

'முதல் காரியமாக இந்த மங்களூர் ஒப்பந்தத்தைக் கிழித்தெறிய வேண்டும். அது ஓர் அவமானச் சின்னம். இங்கிலாந் தின் முகத்தில் பூசப்பட்ட கரி.'

வாரன் ஹாஸ்டிங்ஸ் கொதித்துக்கொண்டு இருந்தார். திப்பு சுல்தானிடம் கெஞ்சிக் கூத்தாடி இப்படி ஓர் ஒப்பந்தம் செய்து கொண்டதற்குப் பதிலாக ஒட்டுமொத்த இங்கிலாந்தையும் அவரிடம் இழந்திருக் கலாம். இரண்டும் ஒன்றுதான். மானத்தை இழப்பதும். எதிரியிடம் மன்னிப்புக் கேட்பதும்.

மெட்ராஸின் கவர்னர் ஜெனரல் ஹாஸ் டிங்ஸ். ஆசுவாசமாக இருக்கும் சமயங் களில் இப்படியும் தோன்றும் அவருக்கு. ஒரு வகையில் இதுவும் நல்லதுக்குத்தான். அடுத்த தாக்குதலைத் திட்டமிடுவதற்குப் போதிய அவகாசம் கிடைத்துவிட்டது அல்லவா?

கிழக்கிந்திய கம்பெனியைக் கூட்டி வைத்து அறிவித்துவிட்டார் ஹாஸ்டிங்ஸ். ஒப்பந்தம்தான் முடிந்துவிட்டதே... இனி என்ன கவலை என்று காலை நீட்டி உட்கார்ந்துவிடாதீர்கள். நமக்கு இப்போது கிடைத்திருக்கும் ஒவ்வொரு கண நேரத்தையும் மிகக் கவனமாகப் பயன்படுத்திக்கொள்ள வேண்டும். ஆள்களைத் திரட்ட. ஆயுதங்கள் சேர்க்க. உருப்படியான செயல்திட்டம் ஒன்றை வகுக்க. திப்பு சுல்தானுடன் சமாதானம் என்ற பேச்சுக்கே இடமில்லை. புரிந்ததா?

ஹாஸ்டிங்ஸ் போட்டு வைத்த கணக்குப்படி, அடுத்த தாக்கு தலைத் தொடுக்க குறைந்தது ஐந்து ஆண்டுகள் தேவைப்படும். ஐந்து ஆண்டுகள் என்பது நீண்ட காலம்தான். ஆனால் திப்பு போன்ற ஒரு பெரும் பூதத்தைச் சமாளிக்க இது தேவை. அப்போதுதான் மரண அடி கொடுக்கமுடியும்.

சரி, அப்படியானால் ஐந்து வருடங்கள் சும்மா இருக்க வேண்டுமா? கிடையாது. சின்னச் சின்ன முயற்சிகளைத் தொடர்ந்துகொண்டே இருக்கவேண்டும். உதாரணத்துக்கு, மைசூரிலுள்ள ஆள்களை வைத்தே திப்பு சுல்தானைக் கொலை செய்ய முயற்சிப்பது. சிரமமான காரியம்தான். ஆனால், பணத்தைக் காட்டிச் சம்மதிக்க வைக்க முடியும் என்று அவருக்குத் தோன்றியது.

•

பூர்ணையாவுக்குச் சிலசமயம் இப்படித் தோன்றுவதுண்டு. திப்பு சுல்தான் உண்மையில் ஒரு பாதிரியராக ஆகியிருக்கவேண்டும். ஹைதர் அலி தவறு செய்துவிட்டார். இறை ஊழியத்திலேயே அவரை விட்டுவைத்திருக்கவேண்டும்.

காசிம் அலி. முக்கிய தளபதி. ஆனால் திப்புவுக்கு எதிரான சதி வேலைகளில் இறங்கிவிட்டான். கண்டுபிடித்து முன்னால் கொண்டு வந்து நிறுத்தியபோது, திப்பு பதறிப்போனார். ஆனால், தண்டனை எதுவும் அளிக்கவில்லை.

பிறகு, முகம்மது அலி. திப்பு சுல்தானுக்கு மிகவும் வேண்டப் பட்ட கமாண்டர். முன்னணியில் நின்று போராடக்கூடிய திறமைசாலி. ஜித்தன். திப்பு சுல்தானின் பாராட்டைப் பலமுறை பெற்றவன். சங்கிலியால் கட்டிக்கொண்டுப் போய் திப்புவின் முன்னால் நிறுத்தினார்கள். ராஜ துரோகம். எதிராளிகளுடன்

கூடிக் குலாவியதை நேரில் கண்டிருக்கிறார்கள். முகம்மது அலியும்கூட அதை மறுக்கவில்லை.

'நான் உன்னை என்ன செய்யப்போகிறேன் என்று உனக்குத் தெரியுமா?'

'தெரியும். கொல்லப்போகிறீர்கள்.'

கொல்லவில்லை திப்பு. போ என்று விட்டுவிட்டார்.

ஏன் அவனை விட்டீர்கள்? பூர்ணையாதான் கேட்டார். அதற்குத் திப்பு சொன்ன பதில் இது.

'அவன் இப்போது செய்திருக்கும் தவறுக்குத் தண்டனை அளிப் பதைவிட, இதற்கு முன்பாக அவன் செய்த பேருதவிகளுக்குக் கைம்மாறு செய்வதுதான் சரியாக இருக்கும் என்று தோன்று கிறது. தப்பா?'

ம்ஹூம், தப்பேயில்லை.

இதுவாவது பரவாயில்லை. பதினைந்து வயதானபோது, பாலம் என்னும் இடத்தில் ஹைதரோடு இணைந்து போரிட்டாரே, நினைவிருக்கிறது அல்லவா? முதல் போர்? சரணடைந்த பாலம் மன்னரின் குடும்பத்தைத் தக்க மரியாதையுடன் திருப்பி அனுப்பினாரே.

அந்தப் பாலம் மன்னர் வளர்ந்து இப்போது ஓர் ஆங்கிலேய ஏஜெண்டாக மாறியிருந்தார். கண்டுபிடித்து திப்புவிடம் சொன்னார்கள். அப்படியா என்று கேட்டுக்கொண்டார். பிறகு, என்ன தோன்றியதோ, சரி வாருங்கள் என்று படையைத் திரட்டிக்கொண்டு பாலம் போனார்.

திப்பு வருகிறார் என்று தெரிந்ததுமே, பாலம் மன்னர் தப்பியோடிவிட்டார். கோட்டை கைப்பற்றப்பட்டது.

வழக்கம்போல், அவர் மனைவியும் குழந்தைகளும் திப்புவின் காலில் விழுந்தார்கள்.

'இதற்கு முன்னால் எங்களுக்கு வாக்குக் கொடுத்திருக்கிறீர்கள். நினைவிருக்கிறது அல்லவா?'

'ஆம், நினைவிருக்கிறது. யாரங்கே, இவர்களைப் பத்திரமாக...'

அவ்வளவுதான். ஓடிப்போன மன்னரை வெற்றிலைப் பாக்கு வைத்து அழைத்து, திரும்பவும் அவருக்கு முடிசூட்டிவிட்டு, அந்தக் குழந்தையையும் எடுத்துக் கொஞ்சிவிட்டு, அதன் கழுத்தில் ஒரு முத்து மணிமாலையை அணிவித்துவிட்டு வீட்டுக்குத் திரும்பிவிட்டார்.

பூர்ணையா தன் நண்பர்களிடம் புலம்பிக்கொண்டிருந்தார். மனிதருக்கு இரக்கம் இருக்க வேண்டியதுதான், அதற்காக இப்படியா?

●

போர், போர் என்று எப்போதும் துருப்பிடித்துப்போயிருக்கும் இதயத்தைப் பூக்கச் செய்யும் ஒரே விஷயம் புத்தகங்கள். திப்புவுக்கு அறிமுகமான அத்தனை நல்ல விஷயங்களும் ஹைதர் அலியிடமிருந்து வந்ததே. புத்தகங்களும்தான்.

அது திப்புவின் திருமண தினம். ஹைதர் அலி திப்புவைக் கட்டியணைத்துக்கொண்டே கேட்டார்.

'உனக்கு ஒரு பரிசு தர விரும்புகிறேன். என்ன வேண்டும் கேள்.'

'எதுவும் வேண்டாம். இருப்பதே அதிகம்.'

ஹைதர் அலி விடவில்லை.

'சரி, அப்படியானால் ஒரு நூலகம் அமைத்துக்கொடுங்கள்.'

'நூலகம்? புத்தகங்களா வேண்டும் உனக்கு? படிக்கவேண்டி யதை எல்லாம் நீ படித்து முடித்துவிட்டாய் என்றல்லவா நினைத்தேன்? சரி, இந்த ஊரில் உள்ள அத்தனை புத்தகங்களிலும் ஒவ்வொரு பிரதி வாங்கி வரச்சொல்கிறேன். போதுமா?'

திப்பு சிரித்தார்.

'இல்லை அப்பா. உலகெங்குமுள்ள அத்தனை புத்தகங்களையும் சேகரிக்க விரும்புகிறேன். தவிரவும், ஒரே மூச்சில் வாங்கி வைக்கவேண்டும் என்பதில்லை. ஒவ்வொரு நூலாகப் பார்த்துப் பார்த்து நானே சேகரிப்பேன்.'

'சரி, ஆனால் ஒவ்வொன்றும் ஒவ்வொரு மொழியில் அல்லவா எழுதியிருப்பார்கள்?'

'அதனால்தான் எல்லா நூல்களையும் மொழிபெயர்க்க விரும்பு கிறேன்.'

திப்புவுக்கு பெர்ஷிய மொழி நன்றாகத் தெரியும். ஆங்கிலமும் பிரெஞ்சும்கூட.

சரி என்னவோ செய்துகொண்டு போ என்று போய்விட்டார் ஹைதர். எழுதவோ, படிக்கவோ அவருக்குத் தெரியாது. திப்புவின் நூலகம் வளர ஆரம்பித்தது. அரசியல், விவசாயம், மதம், தத்துவம், ராக்கெட் தொழில்நுட்பம் என்று சூரியனுக்குக் கீழேயுள்ள அத்தனை விஷயங்களைப் பற்றிய புத்தகங்களும் சேர ஆரம்பித்தன.

ஒன்றரை ஆண்டுகளில் மிகப் பெரிய நூலகமாக அது வளர்ச்சி பெற்றது. நூருல் அமின் என்பவரைத் தலைமை நூலகராக அமர்த்தினார். அவருக்குக் கீழே ஏகப்பட்ட உதவியாளர்கள். தகவல்களைத் தேடிக்கொண்டு வர. வரிசைப்படுத்த. ஆய்வு செய்ய. உலகம் முழுவதும் தேடி மொழிபெயர்ப்பாளர்களை வரவழைத்தார். லத்தீன், ஜெர்மன், கிரேக்கம் என்று பல்வேறு மொழிகளில் உள்ள சிறந்த புத்தகங்கள் மொழிபெயர்க்கப் பட்டன.

வாசிப்பது இன்பம். அது எனக்கு மட்டும் கிடைத்தால் போதுமா? பூர்ணையாவின் உதவியால் மைசூர் முழுவதும் பல்வேறு கிளை நூலகங்களை அமைக்க ஏற்பாடு செய்தார் திப்பு. உலகெங்கு முள்ள முக்கிய நூல் அங்காடிகளுக்குப் பிரத்தியேகமாக கடிதம் எழுதிப்போட்டு, கட்டுக்கட்டாகப் புத்தகங்களை வரவழைத்தார் திப்பு.

நூலகத்தில் சென்று உட்கார்ந்துவிட்டால் நேரம் போவதே தெரியாது. தாமஸ் ஜெபர்ஸனின் சுதந்தரத்துக்கான பிரகடனம் (Declaration of Independence) என்னும் ஆங்கிலப் புத்தகத்தை இங்கேதான் அவர் வாசித்தார். அமெரிக்க சுதந்தரப் போரைப் பற்றி ஆர்வத்துடன் வாசித்தார்.

பல நூல்களைத் திப்புவே மொழிபெயர்க்கவும் செய்தார்.

●

புத்தகங்களிலிருந்து அப்படி என்னதான் கற்றுக்கொண்டாய்? ஹைதர் அலி தொடங்கி பலர் திப்புவிடம் கேட்ட கேள்வி இது.

சிரித்துக்கொண்டே நழுவிவிடுவார் திப்பு. ஒரு முறை, மஸ்கட்டி லிருந்து ஒரு மௌல்வி வந்திருந்தார். மசூதி ஒன்றை அமைக்க நிதி வேண்டி. தாராளமாக அள்ளிக்கொடுத்தார் திப்பு. மௌல் விக்கு ஒரு சந்தேகம்.

'இறைவன் மீது உங்களுக்கு அபார நம்பிக்கை இருப்பதாக எல்லோரும் பேசிக்கொண்டதைக் கேட்டிருக்கிறேன். இப் போதுதான் நேரில் பார்க்கிறேன். ஆனால் ஒரு சந்தேகம்.'

'கேளுங்கள்!'

'மசூதியைக் கட்ட நிதி அளிக்கிறீர்கள். நியாயம். கோயில்களும், தேவாலயங்களும் கட்டவும்கூட நீங்கள் அனுமதிக்கிறீர்களாமே. நிதியும் தருகிறீர்களாமே!'

'ஆமாம், அதற்கென்ன வந்தது?'

'அப்படியானால் நீங்கள் இஸ்லாத்தை நம்பவில்லை என்ப தல்லவா பொருள்? இஸ்லாத்தின் மீது உங்களுக்கு மதிப்பு உண்டு என்னும் பட்சத்தில் எதற்காக மாற்று இறை சிந்தனைகளை வளர்க்கிறீர்கள்?'

திப்பு அவரை பால்கனிக்கு அழைத்துச் சென்றார். ஸ்ரீ ரங்கநாதன் கோயில் தெரிந்தது.

'அதோ, அந்தக் கோயில் மணி ஓசையை ஒரு நிமிடம் கேட்டுப் பாருங்கள். அந்த ஓசை, எந்த மதத்தைச் சேர்ந்தது என்று உங்களால் சொல்ல முடியுமா?'

உட்கார வைத்து அவருடன் பேசினார் திப்பு சுல்தான். திப்பு கேட்ட எந்தவொரு கேள்விக்கும் அவரிடம் விடை இல்லை. ஸ்ரீரங்கநாதன் கோயில் இஸ்லாத்துக்கு விரோதமானது என்று யார் சொன்னார்கள்? தேவாலயங்களும் இந்துக் கோயில்களும் வளர்ந்தால் இஸ்லாம் நொடித்துப் போகும் என்று எந்த இறைத் தூதர் சொன்னார்? ஒரு மதம் மற்றொன்றுக்கு விரோதமானது என்பதுதான் உங்கள் முடிவா? மதத்தின் பெயரால் விரோதம் வளர்க்கலாம் என்று எந்தப் புனித நூலில் எழுதியிருக்கிறார்கள்? மதம் எதற்கு? ஒன்றுபடுத்தவா பிளவுப்படுத்தவா?

என் நம்பிக்கைக்குப் பாத்திரமானவர்கள் எதற்காக என்னை ஏமாற்றிவிட்டு எதிரியுடன் கூட்டு சேர்கிறார்கள்? தெளிவான ஒரு

விடை திப்புவுக்குக் கிடைக்கவில்லை. பணத்தாசை என்பார் பூர்ணையா. பதவி வெறி என்பார் வேறு ஒருவர். துரோகம் செய்வது அவர்கள் ரத்தத்தில் ஊறியிருக்கிறது என்பார்கள் சிலர்.

என்னை விட்டு அவர்கள் பிரிந்ததற்கு நான்தான் காரணமாக இருக்கவேண்டும் என்று திப்பு நினைத்துக்கொள்வார். குறிப்பாக, திப்பு பல விஷயங்களில் கறாராக இருப்பதாகப் படைத் தளபதிகளே முகம்சுளித்திருக்கிறார்கள்.

உதாரணத்துக்கு, திப்பு இயற்றிய ஓர் அரசாணை. 1783-ல் இயற்றப்பட்ட ஆணை இது. தொடர்ந்து அமலில் இருக்கும் ஆணையும்கூட.

எதிரிகளுடன் போரிடும்போது, அவர்களிடமிருந்து எதையும் நாம் அபகரிக்கக்கூடாது. சிறைப்படுத்தப்பட்டவர்களைத் துன் புறுத்தக் கூடாது. மனிதாபிமானத்துடன் நடந்துகொள்ள வேண்டும். மீறினால், நம் ராணுவத்துக்குக் கெட்ட பெயர்தான் கிடைக்கும்.

போர் என்பது எதிரியின் மீது தொடுப்பது. அவர்களது மக்களின் மீதல்ல. ஒரு போதும் மக்கள் மீது போர்த் தொடுக்காதீர்கள். அவர்கள் அப்பாவிகள். யாதொரு பாவமும் செய்யாதவர்கள். யாரோ செய்த தவறுகளுக்கு அவர்களை ஏன் நாம் தண்டிக்க வேண்டும்?

பெண்களை மரியாதையுடன் நடத்தவேண்டியது அவசியம். நம் சுண்டுவிரல்கூட அவர்கள் மீது படக்கூடாது. அதேபோல்தான் குழந்தைகளும்.

எதிரிகளின் மதம், நம்முடைய எதிரி மதம் அல்ல. அவர்களது நம்பிக்கையைக் குலைக்கும்படி நடந்துகொள்ளக் கூடாது. அவர்களது கோயில்களை அபகரிக்கக் கூடாது. சேதப்படுத்த கூடாது.

தன் பிரகடனங்களை பலர் வெளிப்படையாகக் கிண்டல் செய்துகொண்டதை திப்பு அறிந்தார்.

‘எதிரி தேசத்து வீரனை சிறைப்பிடித்துவிடுகிறோம். பிறகு, என்ன செய்ய வேண்டும்?’

‘அவருக்கு மனைவி, குழந்தைகள் இருக்கிறார்களா என்று கேட்டு, தக்க மரியாதையுடன் அவர்களை வீட்டுக்கு அனுப்பி

வைக்கவேண்டும். வீட்டில் அவர்கள் என்ன செய்வார்கள்... கணவன் இல்லாமல்? ஆகவே, அவரையும் வீட்டுக்கு அனுப்பிவிடவேண்டும்.'

'ஹாஹா, துரோகிகளை என்ன செய்யலாம்?'

'ஒன்றும் செய்யக்கூடாது. முடிந்தால் யானை மீது உட்கார வைத்து பவனி வரலாம்.'

திப்பு இந்தக் கிண்டல்களைப் பெரிதாக எடுத்துக்கொள்ள வில்லை. மக்களுக்கான சட்டங்களை இயற்றும் பணியை முடுக்கிவிட்டார். தண்டனை வழங்கும் உரிமைச் சட்டத்துக்கு மட்டுமே உண்டு. அதுவும் முழுமையான விசாரணைக்குப் பிறகே. மன்னர்களோ, அமைச்சர்களோ, ராணுவ அதிகாரி களோ தன்னிச்சையாக எந்த முடிவையும் எடுத்துவிட முடியாது.

'அப்படியானால் கலகம் செய்பவர்களை என்ன செய்யலாம்? வெள்ளைக்கார துரைகளிடம் பெட்டி வாங்கிக்கொண்டு, நமக்கு எதிராகச் செயல்படுவர்களை என்ன செய்யலாம்? அவர்களையும் கூட கூப்பிட்டு உட்கார வைத்து விசாரணை செய்யத்தான் வேண்டுமா?'

ஆம், யாராக இருந்தாலும் விசாரணைக்குப் பிறகே தண்டனை. தவிரவும், ஒருமுறை துரோகம் இழைத்தவர்கள் மீண்டும் மீண்டும் துரோகம் இழைக்கவேண்டும் என்று கட்டாயமில்லை. அவர்கள் திருந்துவதற்கு ஒரு வாய்ப்பு அளிக்கப்படவேண்டும்.

'நம் எதிரிகள்தான் யார்?'

ஹிந்துஸ்தானில் காலடி எடுத்து வைத்து, நம்மை ஆதிக்கம் செய்ய முயலும் அனைவருமே நம் எதிரிகள்தாம். தற்போது, ஆங்கிலேயர்கள். அவர்களுக்கு எதிராகத்தான் நாம் போரிட வேண்டும். நம் மக்களை அதற்குத் தயார் செய்யவேண்டும். போர் என்பது அரசாங்கத்தின் தனிப்பட்ட விவகாரம் அன்று. போர் மக்களுக்கானது. அந்நிய சக்திகளை இனம் கண்டு, அவர்களுக்கு எதிராகப் போராட மக்கள் முன்வரவேண்டும்.

'மக்களுக்கு அரசாங்கத்தின் மீது பயம் இருக்கவேண்டாமா? கடுமையான சட்டங்கள் இருந்தால்தானே பயம் உண்டாகும்?'

பயத்தைச் செலுத்தி ஆட்சி நடத்த முடியாது. நடத்தவும் கூடாது. அரசாங்கத்தை மக்கள் நேசிக்க வேண்டும். அரசாங்கம், மக்களை நேசிக்க வேண்டும்.

●

மக்களுக்கான பிரகடனங்கள் தொடர்ந்து திப்புவிடமிருந்து வந்துகொண்டே இருந்தன. விவசாயம் பற்றி. மக்களின் உரிமை கள் பற்றி. எதிரிகளைப் பற்றி. அமைதியைப் பற்றி. நிதி நிலைமைப் பற்றி. அரசாங்கத்தின் முடிவுகள் பற்றி. இதை யெல்லாம் கர்மசிரத்தையுடன் யாரும் மக்களிடம் எடுத்துச் சென்றதில்லை. ராஜா ஆணை இயற்றுவார். அமைச்சர்களுக்கும் ராணுவ அதிகாரிகளுக்கும் அரசாங்க அதிகாரிகளுக்கும் அந்த அரசாணை சென்றடையும். ராஜாவின் விருப்பத்தை அவர்கள் நிறைவேற்றுவார்கள்.

குதிரை வீரர்கள் வருவார்கள். தெரு முனையில் நின்றுகொண்டு மக்களை ஒன்று திரட்டுவார்கள். திப்பு வெளியிட்ட பிரகடனங் களை, அட்சரம் பிசகாமல் வாசிப்பார்கள். ஒவ்வொரு நாளும் ஒவ்வொரு பிரகடனம். ஒவ்வொன்றும் மக்கள் நலன் தொடர்பானது.

வளமான நிலத்தை யாரும் தரிசாகப் போட்டு வைத்திருக்கக் கூடாது. ஒன்று, அவர் பயன்படுத்தவேண்டும் அல்லது நியாய மான குத்தகைப் பணத்தைப் பெற்றுக்கொண்டு, மற்றவர்கள் பயன்படுத்திக்கொள்ள அனுமதிக்கவேண்டும். குறிப்பிட்ட காலத்துக்கு மேலே நிலம் தரிசாக இருந்தால், அந்த நிலம் பறிமுதல் செய்யப்படும்.

நிலக் குத்தகை கணிசமான அளவுக்குக் குறைக்கப்பட வேண்டும். உரிமையாளர் தன் இஷ்டத்துக்கு வாடகையை உயர்த்திக்கொண்டே போகக்கூடாது. மழை அதிகமானாலோ குறைந்தாலோ விவசாயம் பாதிக்கப்படுகிறது. விவசாயிகளுக்கு நஷ்டம் ஏற்படுகிறது. அதுபோன்ற சமயங்களில் குத்தகைப் பணத்தை பல மடங்கு குறைத்துக்கொள்ள வேண்டும்.

ஏழைகளையும் விவசாயிகளையும் துன்புறுத்த மாட்டோம் என்று வருவாய்த் துறை அதிகாரிகள் கட்டாய உறுதிமொழி எடுத்துக் கொண்டார்கள். அரசாங்க அதிகாரிகள் விவசாயிகளைச் சுரண்டும் போக்கு ஒழித்துக்கட்டப்பட்டது. மூன்று லட்சம் ஏழை

விவசாயிகளுக்கு நிலம் வழங்கப்பட்டது. தலித் சாதியினருக்கு தனியே கணிசமான நிலப்பரப்புகள்.

உள்நாட்டு வாணிபத்தைப் பெருமளவில் ஊக்குவித்தார் திப்பு சுல்தான். ஆங்கிலேயர்களுடான வர்த்தக உறவை நிர்த்தாட்சண்ய மாக வெட்டிவிட்டார்.

ஆதரவற்ற சிறுமிகளை தேவதாசியாகக் கோயிலுக்கு விற்கும் நடைமுறையைத் தடை செய்தார். மத நம்பிக்கைகளை திப்பு மதித்தார். என்றாலும் பூரி ஜகந்நாதர் கோயில் பண்டிகையின் போது தேர்க்காலில் விழுந்து சாகும் மடைமையை எதிர்த்தார்.

பல விரிவான திட்டங்களைத் தீட்டினார்.

மைசூர், மாவட்ட ரீதியாகப் பிரிக்கப்படவேண்டும். அந்தந்த மாவட்டங்களுக்கான கவுன்சில்கள் அமைக்கப்படவேண்டும். மக்களால் தேர்ந்தெடுக்கப்பட்ட கவுன்சில்களாக அவை இருக்கும். இந்த கவுன்சில்கள் மன்னரை நேரடியாகத் தொடர்பு கொள்ளவேண்டும். தேவைகளை, குறைகளை, விண்ணப்பங் களை எடுத்துச் சொல்லவேண்டும். தவிரவும், எந்த அரசாங்க அதிகாரியும் எந்த விஷயத்திலும் தன்னிச்சையாக முடிவெடுக்கக் கூடாது.

மக்களின் நலனைப் பாதிக்கும் எந்த முடிவுகளையும் யாரும் எடுக்கக்கூடாது. அதற்கான உரிமை ஒருவருக்கும் இல்லை. சட்டத்துக்கு முன் அனைவரும் சமம். அதிகாரிகள் மீது புகார்கள் பதிவு செய்யப்பட்டால், அவர்களால் தண்டனையிலிருந்து தப்பிக்க முடியாது. மக்கள், மன்னரைக் கண்டு பயப்பட வேண்டியதில்லை. அரசாங்க அதிகாரிகளைக் கண்டு அஞ்சி நடுங்கவேண்டியதில்லை. மக்களைத் தண்டிக்க அல்ல, மக்களுக்கு ஊழியம் செய்யவே அரசாங்கம் இருக்கிறது.

பல அதிகாரிகளை நேரடியாகப் பாதித்த அரசாணை இது. ஆ, எதற்கும் சுதந்தரம் இல்லையா? எல்லாவற்றுக்கும் திப்புவிடம் செல்லவேண்டுமா? தேவைப்படும் வரியை வசூலிக்கக்கூட உரிமை இல்லை எனில் எதற்காக இந்தப் பதவி, கௌரவம், அந்தஸ்து, வெண்டைக்காய்? எதற்காக மக்களுக்கு இத்தனை சுதந்தரம்? அவிழ்த்துவிடப்படும் ஆடுகள் பத்திரமாக இருக் குமா? என்ன செய்வதென்றே தெரியாமல் அவர்கள் திண்டாடி நிற்க மாட்டார்களா?

விவசாயிகள் அனைவருக்கும் துப்பாக்கிப் பயிற்சி என்னும் திப்புவின் ஆணை, அதிகாரிகளை கலங்கடித்தது.

மிர் சாதிக் பல்வேறு சமயங்களில் திப்புவுடன் மல்லுக்கட்டி நின்றிருக்கிறார். குறிப்பாக, அரசாங்க வருமானம் பற்றி அரசாணைகள் குறித்து. 1787-ம் ஆண்டு விதிக்கப்பட்ட ஒரு ஆணையின்படி, மது வகைகள் உற்பத்தி செய்வதும், வியாபாரம் செய்வதும் சட்டப்படி குற்றமாகும்.

'ஆனால் சுல்தான், மது விற்பனையை ரத்து செய்தால் அரசாங்க கஜானா வெறிச்சோடிப்போய்விடும்.'

'நம் மக்களின் நல்லதுக்காகத்தான் இந்த ஆணை. அரசாங்கத்தின் நலனுக்காக அல்ல. அரசாங்கத்துக்கு நிதி அவசியம். ஒப்புக் கொள்கிறேன். அதற்காக, மக்களுக்கு விரோதமாக நடந்து கொள்ளலாமா?'

'மது அருந்தும் பழக்கம் பலருக்கு இருக்கிறதே. அவர்கள் என்ன செய்வார்கள்?'

'எனக்குத் தெரிந்தவரை, வெள்ளைக்காரர்களும் ஐரோப்பியர் களும்தான் மதுவுக்கு அடிமையாகியிருக்கிறார்கள். அவர்கள் கலாசாரம் அப்படி. அவர்களை நாம் கட்டாயப்படுத்த முடியாது. அவர்களுக்குத் தேவைப்படும் மது கிடைக்கும். அதற்கான அனுமதி ஒரு சிலருக்கு மட்டும் வழங்கப்படும். மற்றபடி, நம் மக்கள் மதுவை நாடவேண்டாம். அதற்கு அடிமையும் ஆக வேண்டாம்.'

'சரி.'

'மது உற்பத்தியாளர்கள் அத்தனை பேரின் உரிமைகளையும் உடனடியாக ரத்து செய்யுங்கள்.'

அரைகுறை மனத்துடன்தான் மிர் சாதிக் ஒப்புக்கொண்டார்.

'ஒரு விஷயம். திடீரென்று உரிமையை பிடுங்கிவிட்டால் அவர்கள் பிழைப்புக்கு என்ன செய்வார்கள்? அது பற்றி நீங்கள் எதுவும் கேட்கவில்லையே... அவர்களுக்கு உடனடியாக மாற்று தொழில் செய்வதற்கான அனுமதியை சட்டென்று வழங்கி விடுங்கள்.'

பிரெஞ்சுப் பத்திரிகை ஒன்றைப் புரட்டிக் கொண்டிருந்தபோது செய்தி ஒன்று கண்ணில் பட்டது. ஆங்கிலேயக் காலனி யாதிக்கத்துக்கு எதிராக அமெரிக்கர்கள் நடத்தி வந்த விடுதலைப் போராட்டத்தைப் பற்றிய செய்தி அது.

போருக்கு நிதியளியுங்கள் என்று பெஞ்சமின் பிராங்க்ளின் கோரிக்கை விடுத்திருந்தார்.

உடனே ஒரு கடிதம் எழுதினார் திப்பு. 'உலகின் கடைசி சர்வாதிகாரி இருக்கும்வரை நமது போராட்டம் தொடரட்டும்!' கூடவே நிதியையும் தாராளமாக அனுப்பி வைத்தார் திப்பு.

திப்பு சுல்தான் அடுத்தடுத்து வெளியிட்ட ஒவ்வொரு பிரகடனத் தையும் மக்கள் ஆரவாரத்துடன் வரவேற்றனர். குதிரை வீரன் ஒவ்வொரு முறை செய்தியுடன் வரும்போதும், ஆவலுடன் முன்னால் வந்து நின்று கேட்டு ரசித்தார்கள். அரசாங்கமும் மக்களும் ஒரே புள்ளியில் இணைந்தது அப்போதுதான்.

போர்களைப் பற்றியும், எல்லை விஸ்தரிப்புகளைப் பற்றியும் கவலைப்படும் பல மன்னர்களை அவர்கள் கண்டிருந்தார்கள். ஆனால், மக்களுக்காகச் சிந்திக்கும் ராஜாக்கள் அரிதாகவே இருந்திருக்கிறார்கள்.

ஹைதர் அலி அவர்களிடமிருந்து வேறுபட்டிருந்தார். இப் போது, திப்பு சுல்தான். புலிக்குப் பிறந்த புலி.

●

அன்புள்ள கவர்னருக்கு,

மலபாரில் பெண்கள் தோள்சீலை இல்லாமல் நடமாடிக் கொண்டிருப்பதைக் கேள்விப்பட்டபோது, என் நெஞ்சு வலித்தது. மார்பை மறைக்காமல் பெண்கள் நடமாடுவது நீதிக்குப் புறம்பானது. இடுப்புக்கு மேல் எந்தத் துணியும் அணியாமல் இருப்பதுதான் அந்தக் குறிப்பிட்ட இனப் பெண்களின் வழக்கம் என்று நீங்கள் சொல்லியிருந்தீர்கள்.

ஆனால் எனக்குச் சரியாகப் புரியவில்லை. உண்மை யிலேயே இப்படி இருப்பதுதான் அவர்கள் வழக்கமா அல்லது போதுமான ஆடை வாங்க அவர்களுக்கு வசதியில்லையா? ஒரு வேளை ஏழைமைதான் காரணம்

என்றால், உடனடியாக அவர்களுடைய தேவைகளைப் பூர்த்திச் செய்யுங்கள்.

இல்லை, அது அவர்களது வழக்கம் என்றால் குறிப்பிட்ட இனத்தைச் சார்ந்த தலைவர்களிடம் பேசி, இந்த வழக்கத்தைக் கைவிட முடியுமா என்று பாருங்கள். கவனம். இனத் தலைவர்களிடம் தோழமையுடன் பேசுங்கள். அவர்களது நம்பிக்கைகளை எந்த விதத்திலும் நாம் அலட்சியம் செய்துவிடக்கூடாது. அப்படி அவர்கள் நிர்ப்பந்தித்துக்கொள்ள நாம் இடம் தரக்கூடாது.

இதே வழக்கத்தைக் குறிப்பிட்ட இனத்தைச் சார்ந்த ஆண்களும் கடைப்பிடிக்கிறார்களா? இல்லை எனில், பெண்கள் மீது மட்டும் இதைத் திணிக்க வேண்டியதன் அவசியம் என்ன? இப்படிச் செய்வது அநீதி அல்லவா? அல்லது, அங்குள்ள ராஜா யாராவது இப்படி ஒரு தண்டனையை பெண்கள் மீது மட்டும் விதித்திருக்கிறாரா?

ஏழைமையும் காரணமல்ல, தண்டனையும் காரணமல்ல எனில், அவர்கள் இனத்தைச் சார்ந்த ஆண்களிடம் கேளுங்கள். அவர்களுடைய தாயாரும் சகோதரிகளும் இப்படி நடந்து வருவதை அவர்களால் எப்படிப் பார்த்துக்கொண்டிருக்க முடிகிறது?

திப்பு சுல்தான்.

1785-ம் ஆண்டு மலபார் கவர்னருக்கு திப்பு சுல்தான் எழுதிய கடிதம் இது.

●

பிரமிடை எப்படிக் கட்டினார்கள்? ஆயிரக்கணக்கான அடிமை களை வைத்து. அவர்களது உழைப்பை உறிஞ்சி. சீனப் பெருஞ் சுவர் செல்லும் வழி முழுவதும் ரத்தக்கறை படிந்துள்ளது. ரோம், கிரேக்கம், கார்த்தேஜ். எங்கு வேண்டுமானாலும் செல்லுங்கள். அங்குள்ள புகழ்ப்பெற்ற கட்டடங்களைப் பாருங்கள். பல மில்லியன் அடிமைகளைச் சங்கிலியால் பிடித்து இழுத்து வந்து, இந்தச் சாதனைகளை நடத்திக்காட்டியிருக்கிறார்கள்.

எனக்குத் தெரிந்தவரை, கலாபூர்வமான எந்தப் படைப்புக்கும் பின்னால், அதை வடிவமைக்கச் சொல்லிக் கட்டளையிட்ட

கணவானின் முகம் தெரியவில்லை. அந்தக் கட்டளையை நிறைவேற்றுவதற்காகப் பாடுபட்டு ரத்தம் சிந்திய துர்பாக்கிய சாலிகளின் நினைவுகள்தான் என்னை அரிக்கின்றன.

மலபார் கவர்னரிடமிருந்து எனக்கு ஒரு கடிதம் வந்திருக்கிறது. என்னுடைய தார்யா தௌலத் அரண்மனை விஸ்தரிப்பு பணிகள் செய்ய சில தேர்ந்த நபர்களை அனுப்பி வைப்பதாகச் சொல்லி யிருந்தார். அவர்கள் மிகவும் கெட்டிக்காரர்கள் என்றும் திறமை சாலிகள் என்றும் சொல்லியிருந்தார். நல்லது. ஆனால், கூடுதலாக இன்னொரு விஷயத்தையும் அவர் குறிப்பிட்டார். அவர்களுக்கு நான் எந்தக் கூலியும் கொடுக்கத் தேவையில்லை யாம். ஏன்? புரியவில்லை. யாரையும் அடிமைப்படுத்தி வேலை வாங்கும் வழக்கம் எனக்கு இல்லை.

மாபெரும் அரண்மனைகளை, கட்டடங்களைக் கட்டுவதில் என்ன பெருமை வந்து சேர்ந்துவிடப்போகிறது?

1789-ம் ஆண்டு, தன் அமைச்சர்களுக்குத் திப்பு சுல்தான் ஆற்றிய உரையிலிருந்து ஒரு பகுதி.

குர்ஆன் என்ன செல்கிறது?

பிற மதங்களைப் பற்றிப் புரளி பேசாதீர்கள். அவர்களது விக்கிரகங்களை, நம்பிக்கைகளைக் கொச்சைப்படுத்தாதீர்கள்.

எந்த மதத்தையும் யார் மீதும் திணிக்காதீர்கள்.

அவரவர் மதம் அவரவருக்கு. அவரவர் நம்பிக்கை அவரவருக்கு. அல்லா நினைத்திருந்தால் எல்லோரையும் ஒரே மதத்தில் தோற்றுவித்திருக்க முடியும். ஆனால் அவர் அப்படிச் செய்ய வில்லை. இதிலிருந்து என்ன தெரிகிறது? எல்லா மதமும் உயர்ந் ததுதான். எல்லோரிடமும் நாம் நேசம் பாராட்டவேண்டும்.

உங்கள் கடவுளும் என் கடவுளும் ஒருவரே. நாம் இருவரும் இணைந்து அவரிடம் சரணடைவோம்.

மதப் போர்வையில் சிலர் இறைவனின் சாம்ராஜ்ஜியத்தில் அத்துமீறி நுழைந்து பொய்யையும் வெறுப்பையும் பகைமையை யும் உபதேசித்து வருவதைக் கண்டு வேதனைப்படுகிறேன்.

1787-ல் திப்பு சுல்தான் வெளியிட்ட மதப் பிரகடனம்.

உங்கள் பகுதியில் குற்றம் புரியும் விவசாயிகளுக்கு அபராதம் விதித்து வருகிறீர்கள். இனி, குற்றம் புரிபவர்கள் ஒவ்வொரு பகோடா அபராதத்துக்குப் பதில் (ரூ.3.50) கிராமத்தில் இரண்டு மாமரங்கள், இரண்டு பலா மரங்கள் நட்டு, மூன்று அடி உயரம் வளரும் வரை தண்ணீர்விட உத்தரவிடுகிறேன்.

மைசூர் காசின் விதித்த விதி 126.

●

பிரகடனங்கள் மட்டுமல்ல. திப்பு சுல்தான் கொண்டு, வந்த அத்தனை மாற்றங்களும் மக்களுக்குப் புதிதாக இருந்தன. அவர்களைச் சொக்க வைத்து மயக்கின.

பிரம்மாண்டமான மாட மாளிகைகளை அல்ல. மக்களுக்கான சாலைகளை அமைத்து பெருமைப்பட்டுக் கொண்டார் திப்பு.

லால்பாக் தோட்டம் திப்புவின் ஆராய்ச்சிக்கூடமாக மாறியது. உலகிலுள்ள அத்தனைப் பகுதிகளிலிருந்தும் மரம், செடி, கொடி வகைகளைக் கொண்டுவரச் செய்து பராமரித்தார். மூலிகைகளில், யுனானி மருத்துவத்தில் ஞானம் கொண்டவராக இருந்தார் திப்பு.

வயிற்று வலிக்கு என்ன வைத்தியம் செய்யவேண்டும். சிறுநீரகக் கற்களைக் கரைக்க என்னென்னச் செய்ய வேண்டும், நாய்க் கடிக்கு என்ன மருத்துவம் என்று பார்த்துப் படித்துத் தெளிந்து கொண்டார். தன் நண்பர்களுக்கு, வேண்டியவர்களுக்குத் தானே மருத்துவமும் செய்தார் திப்பு.

எல்லோருக்கும் உணவு. எல்லோருக்கும் வேலை. தங்கும் இடம், உடைகள், கல்வி எல்லாமே மக்களுக்குக் கிடைக்க வேண்டும். இதுவே திப்புவின் அரசியல் சாசனமாக இருந்தது. திப்புவின் வெளியுறவுக்கொள்கை, அரசியல் முடிவுகள், பொருளாதாரத் திட்டங்கள் அனைத்தும் இந்த அரசியல் சாசனத்தை ஒட்டியே அமைந்திருந்தது.

புதிய தளங்களில் தைரியமாகக் கால்களைப் பதித்தார் திப்பு. குறிப்பாக, மூன்று முக்கியத் துறைகள். ஒன்று, பட்டு உற்பத்தி. பட்டுப் பூச்சிகளை வளர்த்து, ஆடைகள் நெய்து, அதை ஒரு பெரும்தொழிலாக மாற்றலாம் என்று வேறு யாராவது கனவு கண்டிருக்க முடியுமா?

மளமளவென்று தொழிற்சாலைகளைத் தொடங்கினார். ஒன்றல்ல, இரண்டல்ல. பதினெட்டு. மைசூர் வாசிகள் பேந்தப் பேந்த விழித்தார்கள். ஏதோ பூச்சி, புழு என்று சொல்கிறாரே. பூச்சி வளர்க்க இத்தனை பெரிய கூடங்களா? ஒருவேளை, அதிகம் படித்ததால் வந்த வினையோ?

வேலை தெரிந்தவர்கள் பல்வேறு நாடுகளிலிருந்து மைசூருக்குக் குடிபெயர்ந்தார்கள். வேலை ஆரம்பமானது. மக்கள், கண்களை விரித்துப் பார்த்தனர். பொறுங்கள், இன்னும் சிறிது காலத்துக் குள், பட்டு உற்பத்தியில் மைசூர் முதலிடம் பெறப்போகிறது. பெருமையுடன் தம் மக்களைக் கூட்டிவைத்து அறிவித்தார் திப்பு.

அடுத்து, கடலிலிருந்து முத்து எடுக்கும் வேலை. தேர்ந்த ஆள்களைப் பிற நாடுகளிலிருந்து வரவழைத்தார் திப்பு. முத்துக் குளிக்கும் கலையை மக்களுக்குச் சொல்லிக்கொடுக்க. வேலை செய்ய முன்வரும் நபர்களின் தோள் மீது கைகளைப் போட்டுப் பேசினார். இந்தத் துறையில் கிடைக்கும் அதிகபட்ச வருமானம் என்ன என்பதைப் புரியவைத்தார். கவலையே வேண்டாம். எல்லோரும் இதில் இறங்கலாம் என்றார். தொடக்கக் கால நஷ்டம் பற்றிய பயம் வேண்டாம். அரசாங்கம் பார்த்துக் கொள்ளும் என்று உறுதிமொழி அளித்தார்.

மூன்றாவது முக்கியத் துறை, பிராணிகள் வளர்ப்பு. உயர் ஜாதி குதிரைகளை இனப்பெருக்கம் செய்து, விற்பனை செய்யும் பணி. இதெல்லாம் நமக்குச் சரிப்பட்டு வருமா என்று ஒதுங்கிக் கொண்டவர்களைக் கூப்பிட்டு உட்கார வைத்துப் பேசினார்.

திப்பு அறிமுகம் செய்த இந்த மூன்று துறைகளும் மைசூரைச் செழிப்படைய வைத்தன என்பது பிற்காலச் சரித்திரம்.

8

சதி செய்ய விரும்பு

மெட்ராஸுக்கு வந்து சேர்ந்த புதிய கவர்னர் ஜெனரல் லார்ட் சார்லஸ் கார்ன்வாலிஸ் (Charles Cornwallis) நெஞ்சம் முழுவதும் வெறுப்பை நிரப்பிக்கொண்டு தான் கப்பலிலிருந்து தரையிறங்கினார். ஆகஸ்ட் 1786-ம் ஆண்டு பதவியேற்றுக் கொண்டார். சத்தியப் பிரமாணமும் எடுத்துக்கொண்டார். முந்தைய கவர்னர் களைப்போல் இருக்கமாட்டேன். ஹிந்துஸ் தானத்துக்கு எதற்காக அனுப்பப்பட்டிருக் கிறேன் என்பதை என்றென்றும் மறக்க மாட்டேன். என் ஆட்சிக் காலத்தில் திப்புவை ஒழிப்பேன். இது சத்தியம்.

மங்களூர் ஒப்பந்தத்தில் கையெழுத்திட்ட மறுகணத்திலிருந்தே ஆயுதங்களைத் திரட்டும் பணியைத் தொடங்கிவிட்டது கிழக்கிந்திய கம்பெனி. பிரிட்டனிட மிருந்து கடிதம் மேல் கடிதமாகப் பறந்து வந்துகொண்டிருந்தது. இன்னும் எத்தனை காலத்துக்குத் திப்புவை விட்டுவைக்கப்

போகிறீர்கள்? எத்தனை கவர்னர்களை அனுப்புவது? எவ்வளவு பணத்தைத்தான் செலவழிப்பது? மைசூரை மடக்குங்கள். உடனே, உடனே.

புதிய வழி எதுவும் தேவைப்படவில்லை கார்ன்வாலிஸுக்கு. முந்தைய கவர்னர்கள் முயன்ற அதே வழிதான். காலம் காலமாகப் பின்பற்றப்பட்ட வழியும்கூட. திப்புவுக்கு எதிரானவர்களை ஒன்று திரட்டுவது. அவர் ஆளுகைக்கு உட்பட்ட பிரதேசங்களை ஒவ் வொன்றாக வளைத்துப் பிடிப்பது. கைக்கூலிகளின் துணையுடன் மைசூருக்குள் அதிரடியாக நுழைவது. திப்புவின் கோட்டையைச் சுற்றிவளைத்து, இறுதியில் அவரையும் வீழ்த்துவது.

திரைக்கதை இதுதான். இந்தத் திரைக்கதையின் ஒவ்வொரு காட்சியையும் கார்ன்வாலிஸ் தன் மனத்துக்குள் பல முறை ஓட்டிப் பார்த்துவிட்டார். எல்லாம் கச்சிதமாக இருப்பதாகவே அவருக்குப் பட்டது. வரிசை மாறாமல் எல்லாம் அப்படி அப்படியே நடந்து முடிந்தால் போதும். சொர்க்கம் உள்ளங்கைக் குள் வந்துவிடும்.

கார்ன்வாலிஸுக்கு வந்து சேர்ந்த தகவல்கள் ஒவ்வொன்றும் ஒவ்வொரு தினுசாக இருந்தன.

'திப்புவுக்கு மக்களிடையே ஓஹோவென்று செல்வாக்கு வளர்ந்திருக்கிறது. அவர் கொண்டு வந்த திட்டங்கள் ஒவ்வொன் றையும் சிலாகித்துக்கொள்கிறார்கள்.'

'எல்லோருக்கும் அதிருப்தி. திப்புவின் அதிரடிப் பிரகடனங்கள் ஒருவருக்கும் பிடிக்கவில்லை. தளபதிகளும் ராணுவ அதிகாரி களுமே திப்புவுக்கு எதிராகக் கொடி தூக்கிக்கொண்டிருக் கிறார்கள்.'

'எந்த நேரமும் கலகம் வெடிக்கலாம், திப்புவுக்கு எதிராக.'

எது சரி? எது தவறு?

கார்ன்வாலிஸுக்குச் சரியாகத் தெரியவில்லை. ஆனால், ஒன்று மட்டும் புரிந்தது. திப்புவை வீழ்த்துவதற்கு இதுதான் சரியான நேரம்.

ஆள்களைக் கூட்டி வைத்துப் பேசினார் கார்ன்வாலிஸ். திடீர் என்று எப்படி திப்பு மீது போர்த் தொடுப்பது? காரணம் வேண்டு

மல்லவா? கார்ன்வாலிஸுக்கு ஒரு யோசனை தோன்றியது. திருவாங்கூரில் ஏதோ ஒரு சோப்ளாங்கி ராஜா இருப்பதாகக் கேள்வி. அந்த ராஜா பிரிட்டனுக்கு விசுவாசமானவர்.

ஆக, காரணம் தயார். திப்பு, திருவாங்கூரை ஆக்கிரமிக்க முயன்றார். திருவாங்கூர் ராஜா அபயம் வேண்டி பிரிட்டனை நாடினார். ஆகவே, பிரிட்டன் போரில் குதித்துவிட்டது. போதாது?

காம்ட்டி த கான்வே (Comte de Conway). பிரெஞ்சு கவர்னர் ஜெனரல். மண்டையைப் பிய்த்துக்கொண்டு யோசித்துக் கொண்டிருந்தார்.

என்ன செய்யலாம்? ஒரு பக்கம் திப்பு சுல்தான். நேர்மையான மனிதர். அசல் வீரர். ஃபிரான்ஸ் தேசத்தின் மீது மரியாதை கொண்ட மனிதர். திப்புவின் படைப்பிரிவில் பல பிரெஞ்சு வீரர்கள் பணிபுரிந்திருக்கிறார்கள். அவர்களை மிகுந்த கௌரவத்துடன் நடத்தியிருந்தார் திப்பு. மற்றொரு பக்கம், கார்ன்வாலிஸ். அவருக்குப் பின்னால் பிரிட்டன். மற்றும் எலிஸபெத் மகாராணி.

யாருடன் இணைவது என்பதல்ல கான்வேயின் பிரச்னை. பிரிட்டனின் எதிரி ஃபிரான்ஸுக்கும் எதிரிதான். தவிரவும், திப்புவின் படையைவிட, பிரிட்டனின் படை மிகப் பெரியது. கொஞ்சம் மெனக்கெட்டால் சுலபத்தில், திப்புவை அகற்றிவிட முடியும். இன்னும் எத்தனை காலத்துக்கு, தனியொரு ஆளாக திப்புவால் மல்லுக்கட்டி நிற்க முடியும்?

ஆயிரம்தான் அவர் அசகாய சூரர் என்றாலும், பிரிட்டனுக்கு முன்னால் மைசூர் ஒரு சுண்டைக்காய். இதோ, எப்போது வேண்டுமானாலும் மைசூர் கைப்பற்றப்படலாம். எப்படியும் நாளைக்கு ஆங்கிலேயர்கள்தான் ஹிந்துஸ்தானை ஆளப்போகிறார்கள். நாளை அமையப்போகும் அரசை ஏன் அநாவசியமாகப் பகைத்துக்கொள்ள வேண்டும்?

திப்புவின் நிலைமை பரிதாபமானதுதான். ஆனால், அவரை நினைத்து வருந்திக்கொண்டிருப்பதில் பயன் ஏதுமில்லை.

திப்பு சுல்தான் ஃபிரான்ஸை நம்பி இருக்கவில்லை. படையனுப்பக் கோரி ஃபிரான்ஸுக்கு முன்னர் அவர் அனுப்பிய கடிதத்தில்கூட தெளிவான ஒரு நிலைப்பாட்டை எடுத்திருந்தார்.

நீங்கள் அனுப்பும் படை என் தலைமையில்தான் செயல்பட வேண்டும். என்னைக் கலந்தாலோசிக்காமல் தன்னிச்சையாக எந்த முடிவையும் எடுக்கக்கூடாது. குறிப்பாக, ஆங்கிலேயர் களுடன் எந்த உடன்படிக்கையையும் செய்து கொள்ளக்கூடாது.

லூயி மன்னர் நட்புடன் இருந்த காலத்தில்கூட திப்பு நடுநிலை யுடன்தான் நடந்துகொண்டார். உதவி செய்கிறார்களே என்று ஃபிரான்ஸ் சொல்வதற்கு எல்லாம் தலையாட்டவில்லை.

ஃபிரான்ஸ் மன்னராட்சியை எதிர்த்து ஜாகோபியன்கள் (Jacobians) போராட்டம் நடத்தியபோது, ஃபிரான்ஸுக்கு அல்ல. புரட்சி யாளர்களுக்கு ஆதரவுக்கரம் நீட்டினார் திப்பு சுல்தான். லூயி மன்னர் ஜாகோபியன்களை ஃபிரான்ஸிலிருந்து அடித்துத் துரத்தியபோது, மைசூருக்கு வரவேற்று அவர்களைத் தங்க வைத்தார் திப்பு.

ஜாகோபியன்களின் புரட்சி வெற்றி பெற்றது. வெற்றியைக் கொண்டாடும் விதமாக மன்னராட்சியை நினைவுபடுத்தும். சின்னங்கள் தீயிட்டுக் கொளுத்தப்பட்டன. இந்தக் கொண்டாட் டத்தில் திப்பு நேரடியாகப் பங்கேற்றது பலருக்கு அதிர்ச்சி யளித்தது.

இந்த விழாவில்தான் ஜாகோபியன்கள் திப்பு சுல்தானுக்கு 'குடிமகன் திப்பு' என்னும் பட்டத்தை அளித்தனர்.

ஆங்கிலேயச் சிப்பாயைக் கடித்துக் குதறும் இயந்திரப் புலி உருவத்தையும் புரட்சியாளர்கள் பரிசாக வழங்கினர். அந்தப் புலியின் தோள்பட்டையில் ஒரு விசை. திருகினால் புலி ஆவேச மாக உறுமிக்கொண்டே கீழே விழுந்துகிடக்கும் சிப்பாயைக் கடித்துக் குதறும். புலியின் உறுமலையும் சிப்பாயின் கதறலையும் ஒலிவடிவில் கேட்கலாம்.

திப்பு புலிகளை நேசித்தார். ஆங்கிலேயச் சிப்பாய் என்றில்லை. பிரெஞ்சு லூயியாக இருந்தாலும் சரி. ஆதிக்க மனப்பான்மை கொண்ட ஒவ்வொருவரையும் சீறிப் பாய்ந்து அழிக்க விரும்பி னார் திப்பு.

தன்னையே ஒரு புலியாகக் கருதி வாழ ஆரம்பித்தார். மனித வடிவில் உள்ள புலி அல்லது புலி வடிவில் உள்ள மனிதன்.

வில்லியம் மெடோவ்ஸ் (William Meadows). கார்ன்வாலிஸால் அமர்த்தப்பட்ட மேஜர் ஜெனரல். பம்பாயின் கவர்னராகவும், மெட்ராஸின் கவர்னராகவும் பணியாற்றியவர். இவரைத் தேடிப்பிடித்து அழைத்து வந்ததன் காரணம், கிராண்ட் ஆர்மி என்னும் சிறப்புப் பிரிவுக்குத் தலைமை தாங்க. திப்புவின் ஆளுகைக்கு உட்பட்ட பிரதேசங்களைக் கவர்வதுதான் இவருக்கு இடப்பட்ட முக்கிய பணி.

வில்லியம் மெடோவ்ஸ் தயாரானார். ஒரு பக்கம் அவர் படைகள். மற்றொரு பக்கம் நிஜாம், மைசூர் அரசின் முன்னாள் பாளையக்காரர்கள் ஆற்காடு நவாப் மற்றும் தொண்டைமான்.

மூன்றாவது மைசூர் போர் தொடங்கியது.

மே 1790-ல் கிராண்ட் ஆர்மி முன்னேறியது. முதலில், கரூர் கைப்பற்றப்பட்டது. பிறகு, அரவக்குறிச்சி. அடுத்து, கோயம்புத்தூரை நோக்கி முன்னேறினார்கள். இங்கிருந்து மூன்று பாதைகளில் பிரிந்து போனது கிராண்ட் ஆர்மி. ஒரு படை திண்டுக்கல்லுக்கு. மற்றொன்று ஈரோடுக்கு. மூன்றாவது, மைசூருக்கு.

திண்டுக்கல்லில் கடுமையான எதிர்ப்புகளை ஆங்கிலேயர்கள் சந்திக்க வேண்டியிருந்தது. கமாண்டண்ட், ஹைதர் அப்பாஸ் கோட்டையை விட்டுக்கொடுக்க மறுத்தார். இத்தனைக்கும், சொற்பமான படை வீரர்களே அவரிடம் இருந்தனர். சரணடைந்துவிடுங்கள் என்று ஆங்கிலேயர்கள் முழங்கியபோது, கறாராக மறுத்துவிட்டார் அப்பாஸ்.

கெஞ்சி, கொஞ்சி பார்த்துவிட்டு, இறுதியில் ஒரு வயதான மனிதரைத் தேடிப்பிடித்து, அவரது ஒரு கையில் பணத்தையும் மற்றொரு கையில் வெள்ளைக் கொடியையும் திணித்து கோட்டைக்குள் அனுப்பி வைத்தார்கள். மறுநாள் காலை, ஹைதர் அப்பாஸ் கோட்டையை ஒப்படைத்தார்.

அப்பாஸைச் சமாதானப்படுத்த அனுப்பப்பட்ட அந்த நபர், ஷா அப்பாஸ். ஹைதர் அப்பாஸின் மாமா. தவிரவும், தன் மாமா கொண்டு வந்த பணப்பெட்டியைப் பார்த்ததும் ஹைதர் அப்பாஸின் மனம் மாறிவிட்டது. என்னை மன்னித்துக் கொள்ளுங்கள் திப்பு என்று மனமார ஒரு குரல் அழுதுவிட்டு, வெளியேறிவிட்டார். பின்னர், மனசாட்சி குத்தியதால், தன்னைத் தானே சுட்டுக்கொண்டு செத்துப்போனார்.

மைசூருக்குள் நுழைவதற்கான பாதையைக் காக்கச் சொல்லி உத்தரவிட்டார் திப்பு சுல்தான். எப்படியும் அடுத்து, மைசூரைத் தான் தாக்குவார்கள். இருக்கட்டும். பார்த்துக்கொள்ளலாம். வெள்ளைக்காரர்களை மடியில் கட்டிக்கொண்டு, ஆட்சி நடத்துவது சாமானியக் காரியம் அல்ல.

கர்னல் ஃப்ளாய்ட் (Colonel Floyd) தன் படைகளை ஓட்டிக்கொண்டு வந்திருந்தார். ஃப்ளாய்டின் வருகைக்காகக் காத்துக்கொண்டிருந் தது திப்புவின் படைகள். பார்த்ததும், அதிரடியாகத் தாக்க ஆரம்பித்துவிட்டார்கள். திப்பு தன் படைக்குத் தானே தலைமை தாங்கியிருந்தார். மின்னல் போல் மினுக் மினுக்கென்று சுழன்று கொண்டிருந்தது திப்புவின் வாள்.

ஒரு கட்டத்தில், தன் அருகிலிருந்த புர்ஹான்-உத்-தீன் குண்டடிப் பட்டு கீழே விழுந்ததைக் கண்டார் திப்பு. ஆங்கிலேயர்களின் படைகளை முற்றிலுமாக விரட்டியபிறகு, புர்ஹானை நெருங்கிப் பார்த்தார். புர்ஹான் எப்போதோ செத்துப்போயிருந்தார். திப்புவின் மனைவி ருகயா பானுவின் சகோதரர் புர்ஹான்.

●

ஜெனரல் மெடோவ்ஸ் ஸ்ரீரங்கப்பட்டிணத்தை நோக்கிக் கொஞ்சம் கொஞ்சமாக நகர்ந்துகொண்டிருந்தார். திப்பு சுல்தான் ஃப்ளாய்டுடன் மல்லுக்கட்டிக்கொண்டிருப்பார். அதற்குள் ஸ்ரீரங்கத்தை ஒரு வழி செய்துவிடலாம் என்பது மெடோவ்ஸின் நம்பிக்கை. ஆனால், பாதி வழியிலேயே அலறியடித்தபடி ஓடிவந்தார் ஃப்ளாய்ட். பாலக்காட்டை நோக்கி முன்னேறி யிருந்த மற்றொரு படையும் திப்புவிடம் அடிபட்டுத் திரும்பி வந்தது.

தோல்வியை ருசித்த மூன்று பேரும் மரத்தடியில் அமர்ந்து, மாற்றுத் திட்டம் ஒன்றைத் தீட்டினார்கள். தனித்தனியாகத் தாக்கினால் சமாளிக்க முடியாது. மூவரும் ஒன்று சேர்ந்து செல்வோம். என்ன ஆகிறது என்று பார்ப்போம்.

கிராண்ட் ஆர்மியின் இப்போதைய இலக்கு பவானி ஆறு. ஆனால், கோயம்புத்தூரை அவர்கள் கடப்பதற்குள் திப்புவின் தாக்குதல் ஆரம்பித்துவிட்டது. ஆங்கிலேயர்கள் மடக்கிப் போட்டிருந்த கோட்டைகளை ஒவ்வொன்றாகக் கைப்பற்றினார் திப்பு.

ஸ்ரீரங்கப்பட்டிணத்துக்கு அருகேகூடப் போகமுடியவில்லை கிராண்ட் ஆர்மியால். துரத்தித் துரத்தி வீழ்த்தினார். வழியில் மராத்தியர்களையும் எதிர்கொள்ள வேண்டியிருந்தது. அவர் களையும் முறியடித்தார்.

புயல்போல் சீறும் மைசூர் படைகளைப் பார்த்துப் பார்த்து குழம்பினார் மெடோவ்ஸ். சுண்டைக்காயா இவர்கள்? பிசாசு கள். எண்ணிக்கையில் கைப்பிடி அளவுக்குத்தான் இருக்கிறார் கள். ஆனால், தனித்தனியே ஒவ்வொருவரும் ஓர் எரிமலை. எத்தனை ஆக்ரோஷம், கண்களில் எத்தனை வன்மம்.

முயன்று முயன்று பார்த்து அலுத்துவிட்டார் மெடோவ்ஸ். திப்புவின் வேகத்துக்கு ஈடுகொடுக்கவே முடியவில்லை. அருகில்கூட நெருங்க முடியவில்லை.

வாரக்கணக்கில், மாதக்கணக்கில் அங்கும் இங்கும் சுற்றி யலைந்துவிட்டு, இறுதியில் தலையைத் தொங்கப்போட்டுக் கொண்டு ஊர் திரும்பியது கிராண்ட் ஆர்மி.

•

கார்ன்வாலிஸ் இதை ஒரு தோல்வியாகவே எடுத்துக்கொள்ள வில்லை. சிறிய சரிவு அவ்வளவுதான் என்றார். திப்பு ஜெயித்துக் கொண்டிருப்பதாக எல்லோரும் பேசிக்கொண்ருக்கிறார்கள். ஆங்கிலேயர்களை விரட்டிவிட்டோம் என்னும் மகிழ்ச்சியில் மைசூர் படை திளைத்துக்கொண்டிருக்கும்.

இதுதான் சந்தர்ப்பம். மீண்டும் நாம் தாக்குவோம் என்று ஒருவரும் எதிர்பார்க்கமாட்டார்கள். உடனடியாக, மாற்றுப் படை ஒன்றைத் தயார் செய்தார். கிராண்ட் ஆர்மியைக் காட்டிலும் பலம் பொருந்திய படை இது. பிரத்தியேகமாகத் தேர்ந்தெடுக்கப்பட்ட படைத் தளபதிகள், ராணுவ அதிகாரிகள்.

இலக்கு, பெங்களூர்.

இந்த முறை, பிரெஞ்சுப் படைகளையும் துணைக்கு அழைத்துக் கொண்டார் கார்ன்வாலிஸ். இரவோடு இரவாக முன்னேறி னார்கள். யாருக்கும் எந்தச் சந்தேகமும் வரவில்லை. பெங்க ளூரை நெருங்கியதும் கோட்டை வீரர்கள் எதிர்க்க ஆரம்பித் தார்கள். கார்ன்வாலிஸின் படை இழுத்துப்பிடித்துக்கொண்டு தாக்கியது.

கார்ன்வாலிஸே எதிர்பார்க்காத அதிசயம் அது. பெங்களூர் கோட்டை கைப்பற்றப்பட்டது.

உணர்ச்சி வேகத்தில் ஆழ்ந்துவிட்டார் கார்ன்வாலிஸ். அதிகாரி களைக் கூட்டி வைத்து பூரித்துப்போனார்.

ஆ, நான்தான் அப்பொழுதே சொன்னேனே! திப்புவுக்கு இப்போது ஆகாத நேரம். உயிரைக்கொடுத்துப் போராடினாலும் அவரால் இந்த முறை சமாளிக்க முடியாது. பார்த்துக்கொண்டே இருங்கள், திப்புவைக் கைது செய்து கொண்டு வரத்தான் போகிறோம். மிக விரைவில் இது நடக்கும்.

தனிப்பட்ட முறையில் ஆங்கிலேயர்களுக்குக் கிடைத்த மிகப் பெரிய பரிசு பெங்களூர். அவர்களுடைய நம்பிக்கையைப் பல மடங்கு அதிகரித்த பரிசும்கூட. ஏற்கெனவே கனவு கண்டு கொண் டிருந்தார்கள். இப்போது கேட்கவே வேண்டாம். மைசூர். ஹிந்துஸ்தான். அகண்ட பிரிட்டன். பிரம்மாண்ட பிரிட்டன்.

மராத்தியர்களும் நிஜாமும்கூட சிலிர்த்துக்கொண்டார்கள். கொண்டாடினார்கள். நல்லவேளை, இந்தச் சமயம் பார்த்து திப்புவிடம் ஒப்பந்தம் எதுவும் செய்துகொள்ளவில்லை. பிரிட்டனுடன் சேர்ந்தது எவ்வளவு நன்றாகப் போய்விட்டது. வேண்டும், இந்தப் பொல்லாத திப்புவுக்கு நன்றாக வேண்டும். ஒழுங்கு மரியாதையாக பிரிட்டனிடம் சரணடைந்திருக்க வேண்டும் அவர். அந்நிய சக்தியை எதிர்க்கிறேன், வெங்காய சக்தியை எதிர்க்கிறேன் என்று முறுக்கிக்கொண்டு நின்றார். தேவையா இது?

●

'ஆங்கிலேயர்கள் வந்துவிட்டார்கள். அதோ. இதோ. எந்த நிமிட மும் வந்துவிடுவார்கள். கோட்டையின் கதவை உடைத்துக் கொண்டு நுழைந்துவிடுவார்கள். வாருங்கள், அதற்கு முன்னால் தப்பியோடுவோம்!'

விஷமிகள் கொளுத்திப் போட்ட வெடி ஆங்காங்கே வெடித்தது. மைசூர் கொந்தளிக்க ஆரம்பித்தது. என்ன, ஏது என்றே தெரியாமல் மக்கள் பிய்த்துக்கொண்டு ஓடினார்கள்.

விஷயம் புரிந்த மக்கள், தெருக்களுக்கு இறங்கி வந்தார்கள். வெள்ளைக்கார துரையே, வா. முடிந்தால் என்னோடு போரிடு.

என்னைச் சாகடித்துவிட்டு, பிறகு திப்புவின் கோட்டைக்குச் செல். வா.

திப்பு சுல்தான் போர்க்களத்திலேயே பழியாகக் கிடந்தார்.

வெட்ட வெட்ட முளைத்துக்கொண்டே இருந்தார்கள் ஆங்கிலேயர்கள். திப்பு கலங்கவில்லை. படை வீரர்களிடம் உற்சாகத்துடன் பேசினார். யார் சொல்வதையும் காதில் போட்டுக் கொள்ளாதீர்கள். தோல்வி பற்றிய பயம் வேண்டாம். நம் கடமையைத் தொடர்ந்து செய்வோம். தாய்நாட்டைக் காப்போம். உயிரே போனாலும் பரவாயில்லை.

கொத்துக்கொத்தாக உயிர் போய்கொண்டிருந்தது. இதற்கு முன்னால் இப்படி ஒரு வீழ்ச்சியை திப்பு சந்தித்ததே கிடையாது. அவருக்கும் அது தெரிந்திருந்தது. ஆனால், அவர் அதை வெளிக்காட்டிக்கொள்ளவில்லை. போர்க்களத்தில் எதையும் கறாராகச் சொல்லமுடியாது. இவர் ஜெயிப்பார், இவர் தோற்பார் என்று பந்தயம் கட்ட முடியாது.

நிலைமை மாறும். மாறவேண்டும். ஆகவே, போராடினார் திப்பு.

•

கார்ன்வாலிஸ் மைசூரைச் சுற்றிச்சுற்றி வந்தார். என்ன மக்கள் இவர்கள். என்ன மன்னர் இவர். படைகள் குறைந்து வருவதைக் கூட அவர்களால் உணர முடியவில்லையா? இன்னும் எத்தனைக் காலத்துக்கு இப்படியே தொடர்ந்து சிறுபிள்ளைபோல் சண்டை போட்டுக்கொண்டிருக்கப்போகிறார்கள்? ஒட்டுமொத்த மைசூரும் எரிந்து சாம்பலானால்தான் தோல்வியை ஒப்புக் கொள்வார்களா? அப்போதுதான் அவர்களுக்குப் புரியுமா?

திப்பு. புலிதான் அவர். ஆனால், இப்போதைக்கு அவர் ஆட்டம் செல்லுபடியாகாது. அவ்வளவுதான். அவர் கதை முடியப் போகிறது.

திப்பு தோற்றுவிட்டார். ஆனால், இன்னமும் அவருக்கு அது தெரியாது.

9

வாளுக்கு வேலையில்லை

பிப்ரவரி 9, 1792. புரண்சந்த் என்னும் அதிகாரியின் நாள்குறிப்பிலிருந்து சில பகுதிகள்.

'ஸ்ரீரங்கப்பட்டிணக் கோட்டையை இன்றும் எதிரிகள் தாக்கினார்கள். திரும்பும் பக்கமெல்லாம் பீரங்கிச் சத்தம், துப்பாக்கிச் சத்தம், ஓலம்.

திடீரென்று அலைபோல் கிளம்பிய ஆங்கி லேயப் படைகள் கோட்டையை நெருங்கி விட்டன. ஆனால் அதற்குமேல் அவர்களால் முன்னேற முடியவில்லை. கோட்டை வீரர் கள் அவர்களை அடித்துத் துரத்தினார்கள்.

இன்றைய துரோகிகளின் பட்டியல் 57. அனைவரும் ஐரோப்பியர்கள். திப்புவுக் காக உயிரையும் கொடுப்போம் என்று சபதம் எடுத்துக்கொண்டு வேலைக்குச் சேர்ந்தவர்கள். ஆனால், ஏனோ எதிரி களுடன் சேர முடிவெடுத்துவிட்டார்கள்.

காயமடைந்த வீரர்களை நலம் விசாரிக்க சென்றார் ருகையா பானு. அது இரவு நேரம். திடீரென்று எங்கிருந்தோ பாய்ந்து வந்தது ஒரு குண்டு. கொஞ்சம் அசந்திருந்தாலும் ருகையா பானு இறந்திருப்பார். கடவுளே, அவரையாவது விட்டுவைக்கக் கூடாதா?'

●

ருகையா பானு இறந்துபோயிருந்தார்.

சத்தம் கேட்டதும் ருகையா பானு இருந்த அறைக்கு ஓடிவந்தார் ஃபக்ர் உன்னிஸா. பாட்டியைக் கண்டதும் ருகையா பானுவின் மகன் வீறிட்டு அலறியபடி அவரிடம் ஓடினான். ஃபக்ர் உன்னிஸா அவனை இழுத்துக் கட்டிக்கொண்டார்.

ருகையா பானு இறந்த மறுதினம். காய்ச்சலில் படுத்துக் கொண்டிருந்தார் திப்பு. படைகளைத் தலைமை தாங்கும் பொறுப்பை பூர்ணையா ஏற்றுக்கொண்டிருந்தார்.

கார்ன்வாலிஸின் இலக்கு, ஸ்ரீரங்கப்பட்டிணத்தில் உள்ள சோமர்பீட் கோட்டை. சீற்றத்துடன் புகுந்தார் பூர்ணையா. ஸ்ரீரங்கப்பட்டிணம் கைப்பற்றப்பட்டால் கதை முடிந்தது. மைசூர் அவர்கள் கையில். திப்பு சுல்தான் சிறையில். ஹைதர் அலியின் கனவு காற்றில்.

'இது நமக்கான இறுதிப் போர், பலம் கொண்ட மட்டும் தாக்குங்கள்!'

தொண்டை கிழியக் கத்தும் பூர்ணையாவைக் கண்டதும் வீரர் களுக்குக் கொஞ்சம் உத்வேகம் கூடியது உண்மை. சூட்டோடு சூடாக, வாளைச் சூழற்றினார்கள். துப்பாக்கிகள் வெடித்தன.

கோட்டை காப்பாற்றப்பட்டது. பூர்ணையாவின் தோளை உரசிய படி பாய்ந்து சென்றது ஒரு குண்டு.

●

வில்லியம் மெடோவ்ஸ், தற்கொலைக்கு முயன்ற செய்தி கார்ன்வாலிஸை வந்து சேர்ந்தது. கார்ன்வாலிஸின் முகம் அவமானத்தால் சிறுத்துப் போயிருந்தது. என்ன மனிதர் இவர்? பெங்களூரைக் கைப்பற்றிவிட்டோம். தொடர்ந்து முன்னேறிக்

கொண்டிருக்கிறோம். திப்புவின் கோட்டையைக் கிட்டத்தட்ட நெருங்கிவிட்டோம். இதுவரை வந்த எந்த கவர்னரும் சாதிக்காத வெற்றி இது.

கிழக்கிந்திய சரித்திரத்தில் என் பெயர் பொன் எழுத்துகளால் பொறிக்கப்படும் நேரம் நெருங்கிக்கொண்டிருக்கிறது. திப்பு சுல்தான் என்னும் பெயரை உச்சரிக்கும்போது, அவருடைய அருமை, பெருமைகளைப் பட்டியலிடும்போது, கூடவே அவரது வீழ்ச்சிக்கான காரணமாக என் பெயரையும் சேர்த்தே சரித்திரம் பதிவு செய்யும்.

இன்னும் கொஞ்ச நேரம்தான். திப்பு சுல்தான் மட்டும்தான் பாக்கி.

இந்த நேரத்தில் அவமானகரமான ஒரு தோல்வியைச் சுமந்து வந்து சேர்ந்திருக்கிறார் மெடோவ்ஸ். எந்தக் காரணத்தை முன்னிட்டும் சோமர்பீட் தோல்வியை ஏற்றுக்கொள்ள முடியாது. மன்னிக்கவே முடியாத பெருங்குற்றம் அது. சோமர்பீட் தோல்வி, காலில் தைத்த முள்.

•

நள்ளிரவைக் கடந்த பின் விழிப்பு வந்தது திப்பு சுல்தானுக்கு. கண்களைப் பிரிக்க முடியவில்லை. எரிச்சல். தவிரவும், நெஞ்சு முழுக்கத் துக்கம். சரசரவென்று எழுந்து, அமைச்சர் அவைக்குள் நுழைந்தார்.

மிர் சாதிக், கூட்டத்தை நடத்திக்கொண்டிருந்தார். திப்புவைப் பார்த்ததும் பேசுவதை நிறுத்திக்கொண்டு திரும்பினார்.

'நீங்கள் ஓய்வில் இருக்கவேண்டிய நேரம் இது.'

திப்பு அவர் சொன்னதைக் காது கொடுத்துக் கேட்டதாகத் தெரிய வில்லை. மேஜையின் மீது கிடத்தப்பட்டிருந்த வரைபடத்தை நோக்கி நகர்ந்தார். வரைபடத்தில் இருந்த புள்ளிகளை, கோடு களை, வட்டங்களை மௌனமாக உள்வாங்கிக்கொண்டார்.

'மிர் சாதிக், நீங்கள் என்ன நினைக்கிறீர்கள்?'

'உங்கள் கட்டளைக்காகக் காத்துக்கொண்டிருக்கிறோம் சுல்தான்.'

'என் கட்டளையை விட்டுத்தள்ளுங்கள். தனிப்பட்ட முறையில் உங்களுக்கு என்ன தோன்றுகிறது?'

மிர் சாதிக் எதுவும் பேசவில்லை.

'பூர்ணையா எங்கே?'

'குண்டடிப்பட்டு படுத்துக் கிடக்கிறார்.'

'காஜி கான்?'

'அவரும்கூட காயமடைந்திருக்கிறார்.'

யோசனையுடன் தலையசைத்தார் திப்பு சுல்தான்.

மிர் சாதிக் தயங்கித் தயங்கிப் பேசினார்.

'அவர்களுடன் சமாதானமாகப் போக முடிந்தால் நன்றாக இருக்கும் என்று தோன்றுகிறது.'

'ஆ, சமாதானம்.' திப்புவின் குரல் தழுதழுத்தது. 'சமாதானத்துக் காகத்தானே நான் போராடிக்கொண்டிருக்கிறேன், மிர் சாதிக்.'

கார்ன்வாலிஸால் நம்ப முடியவில்லை. தன் உதவியாளரிடம் மீண்டும் ஒரு முறை கேட்டார். 'யார் வந்திருப்பதாகச் சொன்னீர் கள்? மிர் சாதிக்கா? திப்பு சுல்தானின் மிர் சாதிக்கா? சரி, உடனே அழைத்து வாருங்கள்.'

உள்ளே நுழைந்தார் மிர் சாதிக். உடன் இரண்டு பேர். வெள்ளைக் கொடியை ஏந்தியபடி. திப்பு சுல்தானின் கோட்டையிலிருந்து வரும் முதல் உயர் அதிகாரி. திப்புவின் அரண்மனையிலிருந்து பலர் ரகசியமாக அவரை வந்து சந்தித்திருக்கிறார்கள். ரகசியமும் பணமும் பலமுறை கைமாறியிருக்கின்றன. ஆனால், மிர் சாதிக் போன்றவர்கள் தேடி வருவது இதுவே முதல் முறை.

பேச வேண்டியதைப் பேசி முடித்து, மிர் சாதிக் வெளியேறும் வரை, கார்ன்வாலிஸின் மனம் குறுகுறுப்புடன் நெளிந்து கொண்டிருந்தது. நீண்ட நேரத்துக்கு அவரால் நம்ப முடிய வில்லை.

பெங்களூரைக் கைப்பற்றிவிட்டோம். மைசூர் இன்றைக்கோ நாளைக்கோ. இப்படித்தான் ஆரம்பத்தில் நினைத்திருந்தார்.

வெற்றி, கண்களுக்குத் தெரிந்ததுபோல்தான் இருந்தது. ஆனால், சோமர்பீட் தோல்விக்கு அடுத்து எப்படி முன்னேறுவது என்று மெய்யாகவே கார்ன்வாலிஸுக்குத் தெரியவில்லை. அவரால் தெளிவாகச் சிந்திக்க முடியவில்லை.

மிர் சாதிக்கின் வரவு, கார்ன்வாலிஸுக்கு உற்சாகத்தை வர வழைத்தது. நல்ல வேளை. அமைதிப் பேச்சுவார்த்தையைப் பற்றி நான் முதலில் சிந்திக்கவில்லை.

ஆனானப்பட்ட திப்புவே அமைதியை நாடி முன்வருகிறார் என்றால், நிச்சயம் அவர் இந்நேரம் திராணியற்றவராகத்தான் மாறியிருப்பார். அதுவும் நல்லதுக்குத்தான்.

●

மராத்திய மன்னரும், ஹைதராபத் நிஜாமும் ஓடிவந்து, கார்ன் வாலிஸுடன் கைகோத்துக்கொண்டனர். நீங்கள் வருகிறீர்களோ இல்லையோ, நிச்சயம் திப்புவை நாங்கள் முறியடிக்கத்தான் போகிறோம் என்றார்கள். சரி வாருங்கள் என்று அரவணைத்துக் கொண்டார் கார்ன்வாலிஸ்.

மைசூரை அமைதிப்படுத்திக் கொண்டிருந்தார் மிர் சாதிக். குதிரை வீரர்கள் ஆங்காங்கே அறிவுப்புகள் செய்துகொண்டிருந்தனர்.

'யாரும் கலவரமடையவேண்டாம். வீண் வதந்திகளை நம்பாதீர் கள். ஆங்கிலேயர்களுடன் அமைதி ஒப்பந்தம் செய்து விட்டோம். போர் முடிந்துவிட்டது. யாரும் அத்துமீறி மைசூருக் குள் நுழைய மாட்டார்கள். உங்கள் உடைமைகளைக் கொள்ளை யடிக்க மாட்டார்கள். ஸ்ரீரங்கப்பட்டிணத்திலிருந்து வெளியேறி யவர்கள் உடனடியாக வீடு திரும்பலாம்.'

மக்கள் குதிரை வீரர்களைச் சூழ்ந்துகொண்டார்கள்.

'திப்பு சுல்தான் எப்படி இருக்கிறார்? எங்கே அவர்?'

'நலமாகத்தான் இருக்கிறார். விரைவில் உங்கள் அனைவரையும் சந்திப்பார்.'

'வெள்ளைக்காரர்கள் ஏமாற்றிவிட மாட்டார்களே?'

'நிச்சயம் மாட்டார்கள். அமைதி ஒப்பந்தம் கையெழுத்தாகி விட்டது.'

அவர்கள் ஏமாற்றினார்கள்.

போரை நிறுத்திவிடலாம் என்று அறிவித்துவிட்டு, மறைமுக மாகக் கலகங்கள் செய்துகொண்டிருந்தது பிரிட்டன் படை. திப்பு சுல்தான் மட்டுமே தன் படைகளை திரும்பப்பெற்றுக் கொண்டார். பிரிட்டன், சுண்டு விரல் நகத்தைக்கூட அசைக்க வில்லை.

கடுமையான நிபந்தனைகளை முன்வைத்தார் கார்ன்வாலிஸ். சமாதானத்துக்குச் சம்மதிக்கிறோம். ஆனால் அதற்கு விலையாக நீங்கள் இவ்வளவு பணம் தரவேண்டும். இன்னின்ன பிரதேசங் களைத் தரவேண்டும். எங்களுக்கு இன்னின்ன சலுகைகளைத் தரவேண்டும்.

ஒவ்வொரு நாளும் ஒவ்வொரு வெள்ளைக்கார தூதர் வந்து சேர்ந்தார். கையில் ஒரு பட்டியலுடன். தங்கம் வேண்டும். வைரம் வேண்டும். பொக்கிஷங்கள் வேண்டும். சரி ஒழிந்து போ என்று அனுப்பிவைத்தால் மற்றொரு குதிரை வீரன். மற்றொரு பட்டியல்.

மிர் சாதிக் நொந்து போனார்.

‘சமாதானத்துக்கு ஒப்புக்கொண்டது தவறோ என்று தோன்று கிறது சுல்தான்.’

திப்பு சுல்தானும் அதையேதான் யோசித்துக்கொண்டிருந்தார். சமாதானத்துக்கு இவ்வளவு பெரிய விலையையா கொடுக்க வேண்டும்?

பொன், பொருள் கேட்டாலும் பரவாயில்லை. பிரதேசங்களை அல்லவா அவர்கள் கேட்கிறார்கள்? பெரும் நிலப்பரப்பு களையும் சமஸ்தானங்களையும் அல்லவா எழுதிக்கொடுக்கச் சொல்கிறார்கள்? இதற்கெல்லாம் முடிவு எங்கே?

மற்றொரு போர் இப்போதைக்குச் சாத்தியமில்லை. படை வீரர்கள் சோர்ந்திருக்கிறார்கள். மக்களும் கூடத்தான். பொழுது விடிந்து பொழுது சாய்ந்தால் போர், மோதல், மரண ஓலம். இன்னும் எத்தனை காலத்துக்கு வாழ்க்கையை இப்படி ஓட்டுவது?

தவறு எங்கே? யாரிடம்?

ஹைதர் அலி வகுத்துக்கொடுத்த பாதையில்தானே இந்த நிமிடம் வரை பயணம் செய்துகொண்டிருக்கிறேன். அன்பு, நேசம், அமைதி. இதைத்தானே பரப்பிக்கொண்டிருக்கிறேன். பிறகு ஏன் எனக்கு இத்தனை எதிரிகள்? அமைதியைப் பெறுவதற்கு போர் புரிய வேண்டிய துர்பாக்கிய நிலை ஏன்? அந்நியப் பிரதேசங் களை ஆக்கிரமித்து, கொள்ளையடிக்கும் அநாகரிகமான வழக்கத்தை யார் கண்டுபிடித்தது முதலில்?

எத்தனை பெரிய தேசம் பிரிட்டன்? எத்தனை வளமான தேசம்? கடல் வணிகத்தில் கொடி கட்டிப் பறக்கிறார்கள்? ஆனாலும் ஏன் இந்த நாடு பிடிக்கும் ஆசை? ஏன் இந்தக் காலனியாதிக்க மனோபாவம்?

சரி, அவர்களை விடுங்கள். இந்த நிஜாம்களுக்கும் மராத்தியர் களுக்கும் எங்கே போனது புத்தி? தொலைநோக்குப் பார்வை என்பதே அவர்களுக்குக் கிடையாதா? ஆங்கிலேயர்கள் தூக்கி வீசும் குறைந்தபட்ச வெகுமதிக்காக எப்படி அவர்களால் சாம்ராஜ்ஜியத்தை விலை பேச முடிகிறது? எத்தனை முறை அவர்களிடம் பேசியிருப்பேன்? தனித்தனியாக? ஒன்றாகச் சேர்த்து வைத்து? கெஞ்சிப் பார்த்துவிட்டேன். கண்டித்துப் பார்த்துவிட்டேன். தலையை மேலும் கீழுமாக ஆட்டினார்களே தவிர, உருப்படியாக எதையும் செய்யவில்லை. வா என்று அவர்கள் ஒரு வார்த்தை அழைத்ததும், ஓடிவிட்டார்கள். அவர்கள் பின்னால்.

பலர், பல சமயம் கேட்டிருக்கிறார்கள். ஹைதராபாத்தும் குண்டூரும் கோயமுத்தூரும் எக்கேடு கேட்டால் உங்களுக்கு என்ன? மைசூருக்கு ஆபத்து என்றால்தானே நீங்கள் பதற வேண்டும்? எதற்கு அநாவசிய பீதி?

ஆ, இதுவா அநாவசிய பீதி? ஹிந்துஸ்தான் என்பது ஒரு தேசம். தாய்நாடு. ஒரு முழுமையான பிரதேசம். என் சாம்ராஜ்ஜியம் நன்றாக இருந்தால் போதும் என்று இருந்துவிட முடியுமா?

அவர்கள் கிருமிகள். வணிகம் செய்ய உள்ளே வந்துவிட்டு, இன்று கட்டப்பஞ்சாயத்து செய்துகொண்டிருக்கிறார்கள். கிட்டத்தட்ட முழு தேசத்தையும் மலைப்பாம்பு போல் விழுங்கி விட்டார்கள். மைசூர் மட்டுமே பாக்கி. எவ்வளவு பெரிதாக வாயைத் திறந்தாலும், மைசூர் மட்டும் அகப்படவில்லை.

இதோ, மீண்டும் போர்த் தொடங்கிவிட்டது. மறைமுகமாக. அமைதி, சமாதானம், பேச்சுவார்த்தை என்று வாயளவில் ஜெபித்துக்கொண்டே, பீரங்கிகளையும் துப்பாக்கிகளையும் பளபளவென்று துடைத்துக்கொண்டிருக்கிறார்கள்.

பிரதேசங்களை விட்டுத்தருவது சரியல்ல. ஆனால், எது முக்கியம்? நிலமா அல்லது நிலத்தில் வாழும் மக்களா? தொடக்கக்காலத்தில் படித்த இறையியல் பாடங்கள் நினைவுக்கு வந்தன. அலைக்கழித்தன.

அமைதி. அமைதி மட்டுமே சிறந்த தீர்வு. சிறந்த தீர்வு மட்டு மல்ல, ஒரே தீர்வும்கூட.

•

பிப்ரவரி 26, 1792. ஸ்ரீரங்கப்பட்டிணம் ஒப்பந்தம் தயாரானது. ஒப்பந்த விதிகள் மிக மிகக் கடுமையானவை. ஆனால், வேறு வழி இல்லை.

ஒப்பந்தத்தை வாங்கி வாசித்துப் பார்த்தார் மிர் சாதிக்.

ஆளுகைக்கு உட்பட்டிருந்த பிராந்தியங்களில் பாதியை அளித்து விடவேண்டும். பிறகு, முப்பத்து மூன்று மில்லியன் ரூபாய் பணம். இதில் பாதி கைமேல் கொடுத்துவிடவேண்டும். மிச்சத்தைப் பன்னிரண்டு மாதங்களில் கொடுக்கலாம்.

சரி, ஒப்புக்கொள்ளலாம்.

கார்ன்வாலிஸுக்கு அது போதிய திருப்தியளிக்கவில்லை. மைசூர் புலி. வித்தகர். வீரர். அவரிடமிருந்து பணத்தையும் பிரதேசங்களையும் மட்டுமா வாங்குவது? வேறு ஏதாவது நினைவில் தங்குவதுபோல் கேட்கலாமே!

கேட்டார். திப்பு சுல்தானின் இரு மகன்களை. அப்துல் காலிக், வயது எட்டு. முய்ஸ்-உத்-தீன், வயது ஐந்து. புத்தி தெரியாத குழந்தைகள். ஆனால் நிச்சயம் அவர்கள் தேவை என்றார் கார்ன்வாலிஸ். பிணையக் கைதிகளாக. பணத்தைத் தர மாட்டேன் என்று திப்பு அழிச்சாட்டியம் செய்தால்?

அதிர்ந்து போனார் மிர் சாதிக்.

‘அதென்ன இப்படி ஓர் ஒப்பந்தத்தை என் வாழ்நாளில் நான் கண்டதில்லை. குழந்தைகளைப் பிணையக் கைதிகளாகக் கேட்பது எந்த விதத்தில் நியாயம்?’

பதிலில்லை.

அடித்துப்பிடித்து ஓடிவந்தார் திப்புவிடம்.

திப்பு ஒப்பந்தத்தைத் வாசித்தார். ஆனால், அதிர்ச்சியை வெளிக் காட்டிக்கொள்ளவில்லை. மெலிதாக முணுமுணுக்க மட்டுமே செய்தார்.

‘என்னையோ பூர்ணையாவையோ பிணையக் கைதியாகக் கேட்பார்கள் என்று நினைத்திருந்தேன்.’

‘இது அநியாயம். இதற்கு நீங்கள் ஒப்புக்கொள்ளக்கூடாது’ என்றார் மிர் சாதிக்.

‘தேவை அமைதி. அமைதியைப் பெற எதை வேண்டுமானாலும் நான் இழக்கத் தயார்.’

‘ஆனால் குழந்தைகள்...’

‘பூர்ணையாவை இழக்க நான் தயாராகயிருந்தேன். அதேபோல் என் குழந்தைகளை இழக்கவும் நான் என்னைத் தயார்படுத்திக் கொள்வேன்.’

குழந்தைகள் தயார் செய்யப்பட்டார்கள். ஆங்கிலேயர்கள் கேட்ட பணமும் தயாராகவே இருந்தது. அனுப்பி வைத்தார் திப்பு சுல்தான்.

கைதிகளைப் பார்த்துக்கொள்ள கேப்டன் வெல்ச் (Captain Welch) என்பவரை அமர்த்தினார் கார்ன்வாலிஸ். குழந்தைகள் அல்ல. கைதிகள். அப்படித்தான் அவர்கள் அழைக்கப்பட்டனர். அப்படித்தான் நடத்தப்பட்டனர். கைதிகள் தப்பிவிடாமல் இருக்க காவலாளிகள், ஆயுதங்களுடன்.

மார்ச் 19-ம் தேதி, ஸ்ரீரங்கப்பட்டிண ஒப்பந்தம் முழுமையாக்கப் பட்டது.

கண்டிப்புடன் சொல்லிவிட்டார் கார்ன்வாலிஸ். முப்பத்து மூன்று மில்லியன் ரூபாய். பாதியை ஏற்கெனவே கொடுத்துவிட்டார்

திப்பு. மிச்சத்தை முழுவதுமாக அடைத்தால்தான் கைதிகள் விடுவிக்கப்படுவார்கள்.

இன்னொரு தவறையும் செய்தார் கார்ன்வாலிஸ். திப்பு அளித்த பிரதேசங்களைக் காட்டிலும் கூடுதலான பிரதேசங்களை ஆள்களை வைத்து அபகரிக்க ஆரம்பித்தார். ஒப்பந்தப்படி, கிழக்கிந்திய கம்பெனிக்குச் சொந்தமான பகுதிகளுக்கு அருகே இருக்கும் பிரதேசங்களைத்தான் அவர்கள் எடுத்துக்கொள்ள வேண்டும். ஆனால், கூர்க் தேவை என்றார்கள்.

திப்பு சீறினார். அதெப்படி கூர்கைத் தர முடியும்? கொஞ்சம் விட்டால் மைசூரையே கேட்பார்கள் போலிருக்கிறதே. குழந்தை களையும் அழைத்துக்கொண்டு போய் வைத்துக்கொண்டு இதென்ன புதிய மிரட்டல்? கொடுத்த பணம் போதாதா? இன்னமும் என்ன வேண்டுமாம் அவர்களுக்கு?

தனக்குக் கிடைத்த துருப்புச் சீட்டை, இல்லை இல்லை, துருப்புச் சீட்டுகளை இழக்கத் தயாராக இல்லை கார்ன்வாலிஸ். கொஞ்சம் கூடத் தயங்கவில்லை அவர். கூர்க் வேண்டும். அவ்வளவுதான். அது ஒப்பந்தத்தில் இருக்கிறதா இல்லையா என்பதெல்லாம் எனக்குத் தெரியாது.

'முடியாது. என்ன செய்வீர்கள்?'

'உங்கள் குழந்தைகள் என்னிடம்தான் இருக்கிறார்கள் ஜாக் கிரதை. அவர்களைத் துன்புறுத்துவோம். மதம் மாற்றுவோம். அடிப்படை உரிமைகள்கூட அவர்களுக்கு மறுக்கப்படும்.'

கூர்கை ஒப்படைத்தார் திப்பு.

●

மராத்திய கமாண்டர், ஹரி பண்ட் சற்றும் எதிர்பார்க்காத சமயம், அவர் வீட்டு வாசலில் வந்து நின்றார் கார்ன்வாலிஸ். புன்னகை யுடன். கூடவே ஒரு கோரிக்கை.

'திப்பு சுல்தான் உங்கள் விரோதிதானே?'

'ஆமாம், அதற்கென்ன இப்போது?'

'உங்களுக்கு ஓர் உபகாரம் செய்யலாம் என்று தோன்றுகிறது. திப்புவின் குழந்தைகள் இரண்டும் என்னிடம்தான் இருக்

கின்றன. தேவைப்பட்டால் உங்களுக்கு ஒன்றை கொடுத்து அனுப்புகிறேன்.'

தூக்கி வாரிப்போட்டது ஹரி பண்ட்டுக்கு.

'எனக்கு எதற்கு அந்தக் குழந்தை?'

'வேறு எதற்கு? உங்களுக்குத் தேவையான எதை வேண்டுமானாலும் திப்புவிடம் இருந்து பெற்றுக்கொள்வதற்குத்தான்.'

'மன்னிக்கவும், ஒரு குழந்தையை வைத்து ஆசைகளை நிறைவேற்றிக்கொள்ளும் வழக்கம் மராத்தியர்களுக்கு இல்லை. திப்பு என் எதிரிதான். ஆனால், அதற்காக எதை வேண்டுமானாலும் செய்வோம் என்று நினைத்துவிடாதீர்கள்.'

கார்ன்வாலிஸுக்கு ஒரு சல்யூட் அடித்து அனுப்பிவிட்டு, மிகுந்த வருத்தத்துடன் திப்புவுக்கு ஒரு கடிதம் எழுதினார் ஹரி பண்ட்.

> *'திப்பு, என்னை மன்னித்துக்கொள்ளுங்கள். உங்களுக்கு எதிராக ஆங்கிலேயர்களுடன் கூட்டு வைத்ததற்காக நான் வருத்தப்படுகிறேன். உங்கள் குழந்தைகளை எப்படியாவது மீட்டுவிடுங்கள். அவர்கள் பொல்லாதவர்கள்.'*

பதிலுக்கு ஒரு வரி எழுதிப்போட்டார் திப்பு. *'பரவாயில்லை.'*

•

ஒப்பந்தத்தில் கூறப்பட்டுள்ள அத்தனை கோரிக்கைளையும் ஒன்றன் பின் ஒன்றாக நிறைவேற்றினார் திப்பு சுல்தான். கேட்ட பணம் முழுவதையும் கொடுத்தாகிவிட்டது. கேட்ட பிரதேசங்களையும்தான். ஆனால் இரண்டு வருடங்கள் கழிந்த பிறகுதான், குழந்தைகள் விடுவிக்கப்பட்டனர். நீண்ட பிரிவுக்குப் பிறகு, தந்தையும் குழந்தைகளும் சந்தித்துக்கொண்டது தேவனஹல்லியில். திப்பு பிறந்த இடம்.

10

முடிவல்ல, ஆரம்பம்

நான் ஏன் இன்னமும் உயிருடன் இருக் கிறேன்?

பதற்றப்படாதீர்கள். நான் பார்த்துக்கொள் கிறேன் என்று குதிரை வீரர்களை அனுப்பி, தெருவுக்குத் தெரு பிரசாரம் செய்யச் சொன் னேன்.

என்ன ஆனது? என்னை நம்பி ஸ்ரீரங்கப்பட்டணத் துக்குத் திரும்பி வந்தவர்களின் கதி? என்னை நம்பிப் போரிட்ட படை வீரர்களின் நிலைமை என்ன? வெற்றியைத் தவிர வேறு எதையும் இதுவரை ருசித்திராத என் தளபதிகள் இன்று ஏன் கூடத்தில் அமர்ந்து அச்சத்துடன் பேசிக்கொண்டிருக்கிறார்கள்? என்ன ஆனது அவர்களுக்கு? ஏன் இந்தத் திடீர் பின்னடைவு?

என் மனைவியின் கதி? எப்படி இறந்தாள் அவள்? என் குழந்தைகள்? பாடம் படிக்க வேண்டிய வயதில், கட்டிப்புரண்டு விளையாட வேண்டிய காலத்தில் சிறையில் அல்லவா அவர்கள் இருக்க வேண்டி வந்தது?

குடும்பத்தை விடுங்கள். மைசூருக்கு நான் என்ன செய்தேன்? துரோகம்தான். மைசூர் மக்களின் நம்பிக்கையைச் சிதறடித்து விட்டேன். கிட்டத்தட்ட பாதி சாம்ராஜ்ஜியத்தைத் தாரை வார்த்துக்கொடுத்துவிட்டேன். என்னை நம்பி இருந்த மக்களை அநியாயமாக ஏமாற்றிவிட்டேன்.

புலி என்று அழைக்கிறார்கள் மக்கள். புலி. என்னைப் போய். பெரும் வீரன் என்ற பெயரும் உண்டு எனக்கு. தீரமாம். விவேக மாம். தீர்க்கத்தரிசியாம். முன்கை எடுத்து, பல திட்டங்களை அமல்படுத்தியிருக்கிறேனாம். எல்லாம் சரிதான். ஆனால் இன்றைய நிலைமை என்ன? மக்களின் வாழ்வில் வெளிச்சத்தை ஏற்படுத்தியிருக்கிறேனா அல்லது இருளையா?

இன்றையத் தேதியில் மைசூர் தெருக்கள் சிதிலமடைந்து இருப்பது ஏன்?

எல்லாம் யாரால்?

என்னால்தான். இல்லையா?

அமைதி. இந்த ஒற்றை வார்த்தையைத்தான் என் வாழ்நாள் முழுவதும் தேடினேன். ஆரம்பத்தில் அது கிடைத்தது. இறை யியல் படித்துக்கொண்டிருந்தபோது. நல்ல புத்தகங்களை வாசித்த போது. அதற்குப் பிறகு அகப்படவில்லை அமைதி. மற்றொரு விசித்திரம் அமைதியைத் தேடிய எனது அத்தனை பயணங்களும் போர்க்களத்தில்தான் முடிவடைந்தன.

சரிவை நோக்கிய பயணம் இது. ஆங்கிலேயர்கள் துரத்துவார்கள். பல மடங்கு வலிமையான படை ஒன்றைத் திரட்டிக்கொண்டு வருவார்கள். மைசூரை கபளீகரம் செய்யும்வரை ஓயமாட்டார் கள். சர்வநிச்சயமான உண்மை இது. அதை நான் என் கண்ணால் பார்க்கவேண்டுமா? எனக்குச் சபிக்கப்பட்டிருப்பது இதுதானா?

நான் ஏன் இன்னமும் உயிருடன் இருக்கிறேன்?

திப்பு சுல்தானை இதற்கு மேல் ஏன் விட்டுவைக்கவேண்டும்?

ரிச்சர்ட் வெல்லஸ்லி (Richard Wellesley). புதிய கவர்னர் ஜெனரல். மேலதிக கனவுகள் இல்லை அவருக்கு. எவரும் எட்ட முடியாத உச்சியில் ஏறவேண்டும். பிறகு, அங்கேயே வாழவேண்டும். சரிவு என்பதே இருக்கக்கூடாது.

இப்போதைக்கு என் பணி இதுதான். திப்பு சுல்தானை ஒழித்துக் கட்டவேண்டும். பிரிட்டன் சாம்ராஜ்ஜியம், படர்ந்து பரவு வதற்கு என்னால் முடிந்த உதவிகளைச் செய்யவேண்டும். இதை மட்டும் உருப்படியாகச் செய்து முடித்துவிட்டால், வெகு சுலபத்தில் உச்சியில் ஏறிவிடுவேன் நான்.

கார்ன்வாலிஸ் நன்றாகவே விளையாடினார். திறமையாகவும் கூட. திப்பு சுல்தானை மண்டியிட செய்துவிட்டார் அவர். போது மான அளவுக்கு அவருக்கு அபகீர்த்தியை ஏற்படுத்திவிட்டார். நல்லது.

இனி, நான். அவரைவிடக் கூடுதலாக ஏதாவது செய்தால்தான் சரித்திரத்தில் என் பெயர் நிற்கும். எனில், என்ன செய்யலாம்? போர்த் தொடுக்கலாம். மைசூரைச் சுற்றி வளைக்கலாம். திப்புவைச் சிறைபிடிக்கலாம். புலி, புலி என்று உறுமினீர்களே, பாருங்கள் உங்கள் புலியை என்று, பிடித்து முன்னால் தள்ளலாம்.

போர். ஆம், அதுதான் ஒரே வழி. ஆனால் என்ன சொல்லி போரை ஆரம்பிப்பது?

●

திப்புவைப் பார்க்கவேண்டும்.

இப்படி ஒரு கோரிக்கையுடன் ஸ்ரீரங்கப்பட்டணத்துக்குக் கப்பலில் வந்து சேர்ந்தார் அந்த கேப்டன். ஃபிரான்ஸிலிருந்து வந்திருப்பதாகச் சொன்னார். தன்னை ரிபாவுட் (Ripaud) என்று அறிமுகப்படுத்திக்கொண்டார். என்ன விஷயம்? மொரீஷியஸி லிருந்து ஓர் அவசர தகவல். உடனே, உடனே திப்புவைப் பார்க்கவேண்டும்.

அழைத்துக்கொண்டு போனார்கள். தான் வந்த காரணத்தை திப்புவிடம் தெளிவுப்படுத்தினார் ரிபாவுட். சுல்தானே, ஃபிரான்ஸ் உங்களுக்கு உதவத் தயாராக இருக்கிறது. மொரீஷி யஸில் படை வீரர்கள் தயாராக இருக்கிறார்கள். ஆங்கிலேயர் களுக்கு எதிரான உங்கள் போரில் பங்குபெறவேண்டும் என்பதுதான் அவர்களது ஆசை. ஏற்றுக்கொள்வீர்களா?

சந்தோஷம் தாங்கவில்லை திப்புவுக்கு. உடனடியாக இரண்டு அதிகாரிகளை மொரீஷியஸுக்கு அனுப்பி வைத்தார். விறுவிறு வென்று கிளம்பிச் சென்ற அந்த அதிகாரிகள் மலார்டிக் (Malartic)

என்னும் கவர்னரைச் சந்தித்தனர். ஆனால் ஏமாற்றம். அந்த கேப்டன் சொன்னதுபோல் அத்தனை பெரிய படை அவரிடம் இல்லை. எல்லாமே ஏமாற்று வேலை என்பது புரிந்துபோனது.

இது நடந்தது 1796-ல்.

•

வெல்லஸ்லி துள்ளிக் குதித்தார். போதும். இந்த ஒரு சம்பவம் போதும். கதை கட்டிவிடலாம்.

அப்படித்தான் செய்தார் அவர். கிழக்கிந்திய கம்பெனியின் அத்தனை கிளைகளுக்கும் கடிதம் எழுதினார். கடிதத்தின் சாரம் ஒன்றுதான். நாம் நினைப்பதுபோல் திப்பு சுல்தான் இன்னமும் அடங்கிவிடவில்லை. மும்முரமாக நமக்கு எதிராக வேலைகள் செய்துகொண்டிருக்கிறார்.

ஆம், ஃபிரான்ஸின் உதவியை நாடி, தன் நபர்களை ரகசியமாக மொரீஷியஸ் அனுப்பி வைத்திருக்கிறார் திப்பு. நல்லவேளை அந்தப் பிரதேசத்து கவர்னர் மலார்டிக் தங்கமானவர். நம் அபிமானியும் கூட. படைகள் வேண்டி திப்பு அவருக்கு எழுதிய கடிதங்களை என்னிடம் அவர் அளித்துவிட்டார். இல்லா விட்டால் என்ன ஆகியிருக்கும்? ஒரு நிமிடம் நினைத்துப் பாருங் கள். இதற்கு மேல் வேறென்ன சாட்சி வேண்டும் உங்களுக்கு?

இப்போதாவது திப்பு மீது போர்த் தொடுக்கலாமா?

•

திப்பு மீது போர்த் தொடுக்கலாம் என்று வெல்லஸ்லி முடிவு செய்தது ஜூன் 20, 1798 அன்று.

கார்ன்வாலிஸ் கடைப்பிடித்த அதே வழியைப் பின்பற்றினார் வெல்லஸ்லி. நேரடியாக திப்புவை மிரட்டுவது. முடிந்தவரை அவரிடமிருந்து கறப்பது. பேச்சுவார்த்தைக்கு வா என்று அழைத்து நாள்களை கடத்துவது. பிறகு, ஒரு நாள் சாயந்திரம் அல்லது விடிகாலை, படையுடன் கிளம்பிவிடவேண்டியது.

பணம் கேட்க ஆரம்பித்தார். கோடிக்கணக்கில். பிறகு, நிலம். பிறகு, கடற்கரைப் பிரதேசம். பிறகு, கட்டளை. உங்கள் படையி லிருக்கும் அத்தனை பிரெஞ்சு படைகளையும் உடனடியாகத் துரத்துங்கள்.

போருக்கான ஆயத்தங்கள் தொடங்கப்பட்டன. மெட்ராஸைத் தொடர்பு கொண்டார் வெல்லஸ்லி. என்னுடைய இறுதிப் போர் இது. நம்முடைய இறுதிப் போரும்கூட. இந்தப் போருக்குப் பிறகு, நம்மை எதிர்க்க ஒருவரும் ஹிந்துஸ்தானில் இருக்கக் கூடாது. மிக வலிமையான படை ஒன்று தேவை. உடனே, உடனே.

அடுத்து, நிஜாமிடம் திரும்பினார். ஐயன்மீர், ஆறு மாதத்துக்கு இந்தப் பக்கம், மிச்சம் ஆறு மாதத்துக்கு அந்தப் பக்கம் என்று சாயாதீர்கள். நிரந்தரமாக எங்களுடன் இணைந்துவிடுங்கள். உங்கள் நன்மைக்காகத்தான் சொல்கிறோம். புரிந்துகொள்ளுங்கள்.

அடுத்து, மராத்தியர்கள். என்ன வருகிறீர்களா? சரி, நல்லது. நன்றாக இருங்கள். நான் கிளம்புகிறேன்.

●

நவம்பர் 1798. திப்புவைப் பட்டவர்த்தனமாக மிரட்ட ஆரம் பித்தார் வெல்லஸ்லி. எங்கள் சொல்பேச்சு கேட்பது மட்டும்தான் உங்களுக்கு ஒரே வழி. மேஜர் டவுட்டன் என்பவரை அனுப்பு கிறேன். நீங்கள் என்னென்ன செய்யவேண்டும்... என்னென்ன செய்யக்கூடாது என்னும் பட்டியலை அவர் உங்களிடம் அளிப்பார். அதன்படி நடந்துகொள்ளுங்கள். சரியா?

மாட்டேன். ஒற்றை வார்த்தையில் பதில் அனுப்பினார் திப்பு சுல்தான்.

கும்பெனித் தலைமைக்குக் கடிதம் எழுதினார் வெல்லெஸ்லி. ஆம். நான் அவனைக் கண்டு அஞ்சுகிறேன். நாமறிந்த மற்ற இந்திய மன்னர்களைப் போன்றவன் அல்ல அவன். மற்ற மன்னர்கள் மத்தியில் இவன் ஏற்படுத்தும் முன்னுதாரணத்தைக் கண்டும் நான் அஞ்சுகிறேன். ஆனால் அவனைப் பின்பற்றும் தகுதியில்லாத கோழைகளாக மற்ற மன்னர்கள் இருப்பது நம் அதிர்ஷ்டம்!

மற்றொருபுறம் நெப்போலியன் திப்பு சுல்தானுக்குக் கடிதம் எழுதிக்கொண்டிருந்தார். ஆங்கிலேய அரசை எதிர்த்து திப்பு நடத்தி வரும் போரை அவர் அறிந்திருந்தார். அவருக்கு உதவவும் அவர் தயாராக இருந்தார். ஆனால், நெப்போலியன் எழுதிய கடிதம், இறுதிவரை திப்புவை வந்தடையவில்லை.

●

பிப்ரவரி 11, 1799.

நான்காயிரம் ஐரோப்பிய வீரர்கள். இருபதாயிரம் சிப்பாய்கள். வேலூரிலிருந்து கிளம்பினார்கள். இத்தனை பெரிய படை இதற்கு முன் திரட்டப்பட்டதில்லை. தன் பங்குக்கு நிஜாம் பதினாறாயிரம் வீரர்களை அனுப்பினார். பம்பாய் படையில் ஆறாயிரம் வீரர்கள் இருந்தனர். பீரங்கிகள், துப்பாக்கிகள், ஆயுதங்கள் அத்தனையும் வண்டி வண்டியாக இருந்தன.

மைசூரை நோக்கி முன்னேறியது இந்தப் படை. இத்தனை பெரிய படையை பிரிட்டன் இதற்கு முன்னால் திரட்டியது கிடையாது.

ஆம்பூருக்கு அருகே ஆபத்து என்று தெரிந்ததும் பூர்ணையாவை அங்கே அனுப்பிவைத்தார் திப்பு. அதைச் சமாளிப்பதற்குள் இரண்டு முனைகளிலிருந்து, எதிரியை எதிர்கொள்ளவேண்டிய நிலை திப்புவுக்கு. குடகுப் பகுதியில் ஒரு படை. மற்றொன்று சித்தேஸ்வரத்தில். மிகக் கடுமையான யுத்தம் அது. படைகளை வழிநடத்தி வந்த ஸ்டூவர்ட், காட்டுக்குள் தப்பிச் செல்ல வேண்டியிருந்தது.

ஆபத்து, மிக அருகில்.

ஸ்ரீரங்கப்பட்டிணத்துக்குத் திரும்பி கோட்டையைப் பாதுகாக்க வேண்டும் என்று திப்புவுக்குத் தோன்றியது. தளபதிகள், ராணுவ அதிகாரிகள் அனைவரையும் தேடினார். ஒருவரும் கண்களில் அகப்படவில்லை. எங்கே சென்றுவிட்டார்கள் அவர்கள்? காயமடைந்துவிட்டார்களா? இறந்துவிட்டார்களா? அல்லது, அல்லது, எதிரிகளுடன் கூட்டுச் சேர்ந்துவிட்டார்களா? ஒருவருக்கும் தெரியப்போவதில்லை.

போகட்டும்.

அடுத்த தாக்குதல் மனவல்லியில். மைசூருக்குள் நுழைவதற்காக அணிவகுத்துச் சென்ற வெல்லஸ்லியின் படைகளைப் பாதி வழியில் வழிமறித்துப் போரிட ஆரம்பித்தது திப்புவின் படை. ஆங்கிலேயர்களுடன் போட்டிபோடமுடியவில்லை. திப்புவின் படைகள் பின்நோக்கி நகர ஆரம்பித்தன. கமுருதீன் என்னும் அதிகாரியை படைக்குத் தலைமை தாங்கச் சொல்லிவிட்டு, நகர்ந்துகொண்டார் திப்பு. ஆனால், அந்த கமுருதீன் எதிரிகளின் கையாளாக இருந்தார். போர், திப்புவுக்குப் பாதகமாக முடிந்தது.

மார்ச் 14. வடகிழக்குப் பகுதியிலிருந்து ஹாரிஸ் என்பவரின் தலைமையில் ஒரு படை வந்துகொண்டிருக்கிறது, எச்சரிக்கை. தனக்குக் கிடைத்த ரகசியச் செய்தியின் அடிப்படையில் போர் வீரர்களைத் தயார் செய்து வைத்திருந்தார் திப்பு. ஆனால் அந்த ஹாரிஸ், சோசிலி என்னும் பகுதியை எட்டியிருந்தார். தவிரவும், காவிரி ஆற்றை அவர் கடந்துகொண்டிருந்தார்.

அதிர்ந்துபோனார் திப்பு. வேண்டுமென்றே தவறான செய்தியை யாரோ பரப்பியிருக்கிறார்கள். கூடுதலாக, காவிரியில் தண்ணீரின் ஆழம் குறைச்சல் என்னும் உண்மையையும் யாரோ போட்டு உடைத்திருந்தார்கள்.

திப்பு தனக்குள் சொல்லிக்கொண்டார். துரோகிகளின் பட்டிய லுக்கு முடிவே கிடையாதா?

ஏப்ரல் 2. சுல்தான்பேட்டை என்னும் பகுதிக்கு வந்து சேர்ந் திருந்தது ஹாரிஸின் படை. இன்னும் இரண்டு கிலோ மீட்டர் முன்னேறினால், ஸ்ரீரங்கப்பட்டிணம். வழியில் உள்ள ஊர்களைக் கைப்பற்றிக்கொள்ளலாம், கிடைக்கும் வீடுகளில் புகுந்து களவாடலாம் என்று திட்டமிட்டுதான் ஹாரிஸ் வந்திருந்தார். ஆனால் வழியெங்கும் வெறிச்சோடிக்கிடந்தது. வீடுகள் பூட்டப்பட்டுக் கிடந்தன. மக்கள் யாரும் இல்லை.

ஹாரிஸ் தன் மனத்துக்குள் சபித்துக்கொண்டார். சே, என்ன மனிதர் இவர். எல்லோரையும் அகற்றிவிட்டாரே. இனியொரு முறை இப்படி ஒரு சந்தர்ப்பம் அமையுமா?

ஏப்ரல் 5. திப்புவிடமிருந்து ஒரு செய்தி. அமைதிப் பேச்சு வார்த்தைக்குச் சம்மதிக்கிறோம். முற்றுகையை உடனடியாக நிறுத்துங்கள்.

சரி, நிறுத்திக்கொள்கிறோம். ஆனால் எங்கள் கோரிக்கையை நிறைவேற்றுவீர்களா என்று எதிர் கேள்வி கேட்டார் ஹாரிஸ். அந்தக் கோரிக்கை இதுதான். மைசூரில் பாதி. இரண்டு கோடி பகோடா. ரொக்கமாக.

ஏப்ரல் 11. காவிரி ஆற்றின் வலது கரையோரம் வந்து சேர்ந்தார் ஸ்டூவர்ட். ஸ்டூவர்ட்டுக்கு உதடெல்லாம் புன்னகை. காவிரியின் இரு பக்கமும் அணி சேர்ந்துவிட்டோம். இனி திப்பு காலி.

மே 1. ஆங்கிலேயர்களின் பெரும்படை ஸ்ரீரங்கப்பட்டிணத்தை நெருங்கியது. முதல் இலக்கு கோட்டை. மதில் சுவரை உடைக்க முடியுமா? முடியும் என்றுதான் தோன்றியது. பீரங்கி களைப் பயன்படுத்த ஆரம்பித்தார்கள். மதில் உடையவில்லை. ராக்கெட்டை ஏவுங்கள் என்றார் ஒரு தளபதி.

ராக்கெட்டும் பீரங்கியும் ஒரே சமயத்தில் இயக்கப்பட்டன. மதில் உடைக்கப்பட்டது. ஆவேசத்துடன் போர்த் தொடங்கி யது. திப்புவின் படையால் ஆங்கிலேயர்களைச் சமாளிக்க முடியவில்லை. வெகு விரைவில், திப்புவின் ஆயுதக் கிடங்கு தகர்க்கப்பட்டது.

மே 3. முதல் முறையாக ஆங்கிலேயர்களின் உதடுகளில் புன்னகை. ஸ்ரீரங்கப்பட்டிணம் நமக்குத்தான் என்னும் நம்பிக்கை திட்டவட்டமாகப் பூத்திருந்தது. கோட்டைக்குள் நுழையும் வழியை ஆராய ஆரம்பித்தார்கள்.

மே 4. இறுதித் தாக்குதலுக்கு ஆங்கிலேயர்கள் தயாரானார்கள். திட்டம் இதுதான். கோட்டையை நோக்கி ஒரு படை, அதிரடி யாக முன்னேறவேண்டும். அவர்கள் தாக்குதலை நடத்திக் கொண்டிருக்கும்போதே இரண்டாவது படை, புயலென நுழைய வேண்டும்.

ஹாரிஸ், பெயர்ட், வெல்லஸ்லி. மூவரும் குழுமியிருந்தார்கள்.

தெளிவான குரலில் சொன்னார் வெல்லஸ்லி.

'இறுதிக் கட்டத்தை நெருங்கிவிட்டோம். இனி திப்பு எங்கும் தப்பிச்செல்ல முடியாது. எப்படியாவது மடக்கிப்பிடித்துவிட வேண்டும். ஹாரிஸ், இந்த ஆபரேஷனில் நான் ஒரு வேளை இறந்துவிட்டால் நீங்கள் தலைமை தாங்குங்கள். ஹாரிஸ் இல்லாவிட்டால் பெயர்ட்.'

முதல் படை, கோட்டையை நோக்கி முன்னேறியது. இவர்களில் பெரும்பாலானோர் தற்கொலைப் படை வீரர்கள். இவர்கள் உயிரைவிட்டால்தான் அடுத்தப் படை உள்ளே நுழைய முடியும். போதுமான எண்ணிக்கையில் படை வீரர்கள் திரண்டிருந்தனர். இரண்டாயிரத்து ஐநூறு ஆங்கில வீரர்கள். ஆயிரத்து எண்ணூறு இந்திய சிப்பாய்கள். போதாது?

எல்லோரும் தயாராக இருந்தனர். அனைவரது கண்களும் கோட்டையில் பதிந்து போயிருந்தன.

ஹாரிஸ் உச்சஸ்தாயியில் கத்தினார்.

'ம், முன்னேறுங்கள். இந்தக் கோட்டையில் யூனியன் ஜாக் கொடி பறக்கவேண்டும். யார் முதலில் அதைப் பறக்கவிடுகிறார்களோ, அவர்களுக்கு உடனடி பதவி உயர்வு. தவிரவும், பெரும் பொக்கிஷம் ஒன்றும் காத்திருக்கிறது.'

மதியம் ஒரு மணி. அலைகடலென திரண்டு வெளியில் வந்தது திப்புவின் படைகள். தயாராக இருந்த ஆங்கிலேயப் படைகள் ஆக்ரோஷத்துடன் மோத ஆரம்பித்தன. பெயர்ட் கத்தியை உருவிக்கொண்டு உள்ளே ஓடினார். கையில் யூனியன் ஜாக் கொடி. கோட்டையிலிருந்து ராக்கெட்டுகள் சீறி வர ஆரம்பித்தன.

அதற்குள் மதிலை அடைந்துவிட்ட பெயர்ட் கொடியை நட்டுவைத்தான். பெருமிதத்துடன் தன் நண்பர்களைத் திரும்பிப் பார்ப்பதற்குள் குண்டடிப்பட்டு, சுருண்டு விழுந்து இறந்தான்.

•

'பூர்ணையா. இந்த இடத்தைவிட்டு உடனே வெளியேறி விடுங்கள்' என்றார் திப்பு சுல்தான்.

'ஏன்?'

'எனக்குப் பிறகு நீங்கள்தான் மைசூரை நிர்வகிக்கவேண்டும்.'

'ஆ, எதற்கு இப்போது அதைப் பற்றிய பேச்சு?'

'இல்லை. என் உயிர்தான் வேண்டும் அவர்களுக்கு. அதை எடுத்துக்கொண்டால் பிறகு அடங்கிவிடுவார்கள். போகட்டும். ஆனால், நீங்கள் நிச்சயம் தப்பித்துத்தான் தீரவேண்டும். இது என் ஆசையல்ல. உத்தரவு.'

•

'யாரங்கே, உடனடியாகக் கோட்டையின் கதவை இழுத்து மூடுங்கள்!'

பதிலில்லை.

'மதிலுக்கு அருகே யாராவது இருக்கிறீர்களா? உங்கள் தளபதி எங்கே?'

பதிலில்லை.

தலையைக் கவிழ்த்துக்கொண்டார் திப்பு சுல்தான். கட்டளைக்குக் கீழ்ப்படியும் அளவுக்கு விசுவாசமான வீரர்கள், தளபதிகள் இங்கே இல்லை. எல்லோரும் மறைந்துவிட்டார்கள். அல்லது பிரிந்துவிட்டார்கள்.

என் உயிரினும் மேலாக நான் நேசித்த மிர் சாதிக் துரோகியாக மாறுவான் என்று கனவிலாவது நினைத்துப் பார்த்திருப்பேனா நான்?

பூர்ணையா! நீங்களுமா? என் நிழலாக இருந்தீர்களே! ஏன் நிறம் மாறிவிட்டீர்கள்? எனக்கான போரை நான் மட்டுமே நடத்த வேண்டும் என்றா?

இங்கிருப்பவர்கள் எனக்கு அந்நியமானவர்கள். என் குரலுக்கு பதிலளிக்கக்கூட அவர்களுக்குத் தொண்டை இல்லை. தைரியம் இல்லை. அவர்கள் பணிபுரிவது எனக்காக அல்ல. என் எதிரி களுக்காக. அவர்களுடைய எஜமானன் நானல்ல.

வாளைக் கையில் எடுத்துக்கொண்டார் திப்பு சுல்தான். இனி ஜெயிப்பதற்கு வாய்ப்பில்லை. பரவாயில்லை. ஆனால், இருக்கும்வரை அச்சமற்று இருக்கலாம் அல்லவா? இருக்கும் வரை நம்பிக்கையுடன் இருக்கலாம் அல்லவா? இருக்கும்வரை விசுவாசமாக இருக்கலாம் அல்லவா?

என்னுடன் இருந்தவர்கள் அப்படி இல்லை. ஆனால், என்ன? போகட்டும்.

•

காவல் கோபுரத்தின் மீது ஏறி நின்றார் திப்பு சுல்தான்.

எறும்புகள், சர்க்கரைக் கட்டியைச் சூழ்வதுபோல் எதிரிகள் கோட்டையைச் சூழ்ந்து நிற்கிறார்கள். பீரங்கிகள் ஒலித்துக் கொண்டிருந்தன. துப்பாக்கிச் சூடு. மரண ஓலம்.

நடப்பதை ஒரு நிமிடம் உற்றுப் பார்த்தார் திப்பு சுல்தான். அடுத்த விநாடி, வாளை சுழற்றியபடி பாய்ந்தார்.

எங்கே எப்போது யார் தாக்கினார்கள் என்று தெரியவில்லை. ரத்தம் பெருக அப்படியே கீழே விழுந்தார்.

•

கோட்டையைச் சூறையாடும் பணி தொடங்கியது.

அவசரமாக உள்ளே ஓடிவந்தார் ஜெனரல் பெயர்ட்.

எங்கே திப்பு சுல்தான்? எங்கே திப்பு சுல்தான்?

கோட்டை முழுவதும் வெறியுடன் தேடினார் அவர். திப்பு சுல்தானைக் காணவில்லை. ஆ, அதற்குள் ரகசியமாகத் தப்பி விட்டாரா அவர்?

இளவரசர்கள் இருவரும் சத்தமில்லாமல் சரணடைந்தனர்.

'திப்புவால் அதிக தூரம் தப்பிச் சென்றிருக்க முடியாது. தேடுங்கள்.'

அன்று இரவு முழுவதும் திப்புவைத் தேடினார்கள். கிடைக்க வில்லை.

காற்றைக் கிழித்துக்கொண்டு திடீரென்று ஒரு குரல்.

'இதோ, இதோ இங்கே இருக்கிறார் திப்பு சுல்தான்.'

ஓடோடி வந்தார் பெயர்ட். எங்கே? எங்கே?

போர் வீரர்களின் பிணக்குவியலுக்கு அருகே இருந்தது அந்த உடல். கண்கள் திறந்திருந்தன. உடலில் மூன்று இடங்களில் வெட்டுக் காயங்கள். வலது காதின் கீழ் பாய்ந்த துப்பாக்கிக் குண்டு கன்னத்தில் பதிந்து கிடந்தது. பட்டாடை, தலைப்பாகை எதுவும் இல்லை. ஆபரணங்கள் ஏதும் இல்லை. உடலுக்கு அருகே குர் ஆன் பிரதி. அவ்வளவுதான்.

———

பின்னிணைப்பு

உதவிய புத்தகங்கள்

1. Tiger of Mysore, The Life and Death of Tipu Sultan, Denys Forrest, Allied Publishers.

2. Tipu Sultan and his Age, A Collection of Seminar Papers, Edited by Aniruddha Ray, The Asiatic Society.

3. Counterflows to Colonialism, Indian Travellers and Settlers in Britain 1600-1857, Michael H Fisher, Permanent Black.

4. Rise of the Raj, Peggy Woodford, Midas Books.

5. Tipu Sultan, B. Sheik Ali, National Book Trust.

6. Pioneers in India, Sir Harry Johnston, Asian Educational Services.

7. History of India, 1000-1707 AD, Ashirbad Lal Srivatsava, Shiva Lal Agarwal & Co.

8. The Sword of Tipu Sultan, Bhagwan S Gidwani, Allied Publisers .

9. 'திப்பு : விடுதலைப்போரின் முன்னோடி'
   தொகுப்பு : Dr. வெ. ஜீவானந்தம் - பாவை பப்ளிகேஷன்ஸ்.

கட்டுரைகள் / இணையத்தளங்கள்

விடுதலைப் போரின் விடிவெள்ளி: திப்பு சுல்தான், மருதையன், புதிய கலாச்சாரம், நவம்பர் 2006.

Trading Places: The East India Company and Asia

   http://www.fathom.com/course/21701760/session1.html

The British Rule in India, Karl Marx

   http://www.marxists.org/archive/marx/works/1853/06/25.htm

The East India Company - Its History and Results

http://www.marxists.org/archive/marx/works/1853/07/11.htm

Wars and Agreements of Tipu Sultan, Prof. B. Sheik Ali

http://www.islamicvoice.com/april.99/tippu.htm#WAR

Tipu Sultan Portal

http://taher.freeservers.com/tipu_sultan.htm#Top

Tipu Sultan, A Biography, Prof. Sheik Ali

http://www.tipusultan.org/biog.htm

Seringapatam 1799

http://www.lib.mq.edu.au/digital/seringapatam/index.html

The Tiger of Mysore, by G. A. Henty, Illustrated by W. H. Margetson

http://www.gutenberg.org/files/18813/18813-h/18813-h.htm

Tipu Sultan : Fourth Battle of Mysore

http://www.indhistory.com/mysore-war-4.html

Tippoo's Tiger

http://www.vam.ac.uk/collections/asia/object_stories/Tippoo's_tiger/index.html

Tiger of Mysore Gallery

http://www.bbc.co.uk/history/british/empire_seapower/tiger_of_mysore_gallery_01.shtml

The British Raj, Zachary Nunn

http://www.drake.edu/artsci/PolSci/ssjrnl/2001/nunn.html

Third Battle of Panipat

http://www.indhistory.com/panipat-III.html

———————

www.ingramcontent.com/pod-product-compliance
Lightning Source LLC
Chambersburg PA
CBHW030256070526
44654CB00045B/1048

*9 7 8 8 1 8 3 6 8 3 6 6 1 *